శ్రీరామ పరబ్రహ్మణే నమః.

కర్ణుఁడు.

ప్రథమాధ్యాయము.

దూర్వాసాగమనము.

చంద్రబింబము మెఱుఁగుపెట్టిన యొక యద్దపు బిల్ల వలెఁ బడమటి దిక్కుకొనయందుఁ బ్రకాశించుచుండెను. వెన్నెలలు తూర్పు దిక్కుననుండి క్రమ్ముకొనివచ్చుచున్న కాఱు చీఁకట్లనుజూచి భయపడి దాఁగికొనుచున్నవో యనునట్లు కొంచెముకొంచెము దీసి పోవుచుండెను. అంతఁ గొంతసేపటికిఁ జంద్రుఁ డస్తమింపఁగా జగమంతయుఁ గాటుకపూఁత వేసిన లాగున చీఁకట్లు వ్యాపించెను, నల్లని పట్టుబట్టపైఁ బఱచిన వజ్రమణులవలె నాకాశమందుఁ దలతలమని మెఱయుచున్న చుక్కలకాంతి యాచీఁకట్ల నలుపునకుఁబూసిన తెలుపువన్నెవలె మిసమిస లాడుచుండెను. ఆశ్వనదియుఁ జిన్న చిన్న యలలతోఁ గూడి మెల్లగాఁ బ్రవహించుచుండెను. దానిగట్టుల దట్టముగా

1

AA000635

మొలచియున్న చెట్టుననుండి యందం దొక్కొక్క పిట్ట కొల కొలమని కూయుచుండెను. తక్కిన యెడలెల్ల నిశ్శబ్దముగా నుండెను.

ఇంతలోఁ దూరుపునఁ గొంత తేటఁ దనము పొటమరించు చుండెను, ఇపుడు బ్రాహ్మముహూర్తము. ఇది స్నాన జపాదులకు మిక్కిలియు యోగ్యమగు కాలముగదా! అశ్వనదియందొక రేవు పట్టున బుడబుడమని శబ్దమేదియో వినవచ్చుచుండెను. తూర్పుదిక్కునుండి పొంగి పొరలి వ్యాపించుచున్న వెలుఁగున నటుచూడఁగా నేదో నల్లనియొక వస్తువు కనఁబడుచుండెను. అది యలలనుండి కొట్టుకొని వచ్చు ప్రాఁచితీఁగెల గుమిగా నుండునే? అట్లు తోఁచుటలేదు. లేచుచు మునుఁగుచు నుండుటంబట్టి యదియొక ప్రాణియేయని తోఁచెడిని, మఱియు నీటియందుఁ గ్రుంగుచున్న చప్పుడును, వినవచ్చుటచే మానవుఁడయి యుండనోపును.

సూర్యకిరణములు దూర్పుదిక్కునఁ బైకెగసి యాకసమునఁ బ్రాఁకుచుండెను. అప్పుడాతని దట్టంపు జడలును, గడ్డమును దేటగాఁ దెలియుచుండెను. అతఁడు మునియైయుండ నోపును. ఆతఁడు స్నానముచేసి, సంధ్యవార్చి, నీటినుండి, గట్టుపయికివచ్చి యటనున్న నారచీరెయొకటి యెత్తికట్టుకొనెను, పిదప నతఁడు వీపున నల్లని యిఱ్ఱితో లొకటి వ్రేలాడవైచికొనెను.

అతని చేతియందుఁ గప్పెరవంటి యొక కుండికయును మోదుగు కోలయు, మఱియొకచేత నక్షసరమును, మెడయందు రుద్రాక్ష మాలికయు నుండెను. విగ్రహము మిక్కిలి పొడవై తగుపాటి యొడ్డుపొడుగు గలిగి గోరోజనపు చాయతోఁ గూడియుండెను. శిరమున దట్టముగానున్న జడలగుమికిని, మీసల గుబురునకును నడుమ నాతని మిడిగ్రుడ్లు మిక్కిలి యెఱ్ఱనై వేఁడిచూపులు నిగుడించుచుండెను.

సూర్యుఁ డుదయించుచుండెను. అతఁడట్లు జపాదులు దీర్చుకొని దండమును గమండలువు నెత్తికొని యక్షసరము ద్రిప్పుచు బయలుదేఱెను. ఆ విగ్రహము సమీపించుకొలఁదిఁ జూచుటకు మిక్కిలి భయంకరముగ నుండెను. అతని యవయవములెల్ల దీర్చి కూర్చినట్లు మిక్కిలి దర్శనీయములుగా నుండెను. గాని ముఖమునందు మాత్ర మెంతయు నుగ్రమగు తేజము ప్రజ్వలించుచుండెను. అతఁడడుగులవేగముగా నిడుటచే భూతలమదరుచుండెను. దారిని ఱాయి రప్పలెవ్వి యడ్డపడినను సీత్కారము గావించును. అతనిపైఁ బిట్టనీడపడినను మిట్టిపడును. ఎదురుపడిన వానినెల్ల ; "బదపద" మని గ్రుడ్లెఱ్ఱచేసి యదల్చును. అతని యావేగపు టడుగులును, దీక్ష్ణపు చూపులును, మిట్టిపాటును గాంచినచో నతఁడొక మిడిమేలపుఁ దాపసి యని గోచరించుచుండెను. కోపమే యా రూపముధరించెనో

యనునట్లుండెను. అతఁడు ముందు వెన్కాలు చూడక బిరబిరమని పోవుచుండెను.

ఆ లాగున బోవుచుండు నతఁడొక పట్టణమునఁ బ్రవేశించెను. అది కుంతిభోజుని నగరము, అతఁడచ్చట రాజ వీథిని బోవుచుండెను. అచ్చటిజను లప్పుడప్పుడే వారివారి పనులకొఱకు వీథులందు మూఁగుచుండిరి. కొంద ఱాతనిఁజూచి యాతఁడెవ్వఁడో మునీంద్రుఁడగునని తలఁచి దమంతట దారి తొలఁగుచుండిరి. మఱికొందఱీతనిఁ జూడకయుండి యాతని యదల్పుచే నులికిపడి యిట్టట్టు పఱచుచుండిరి. అతఁడట్లు పోయిపోయి రాచనగరు వాకిలిచేరెను.

అచ్చటనున్న ద్వారపాలకునిఁ జూచి యతఁడు! "తలతల" మని గద్దించుచునే లోనికిఁజనఁ బోవుచుండెను. దౌవారికుఁడీతఁడెవఁడో మహాత్ముఁడుగా నున్నాఁడని యెంచి యాతని నడ్డగించుటకు వెఱచెను. రాజాజ్ఞ యిట్టిదని తెలియనందున లోనికి విడువలేక యుపాయమున నిలుపఁదలఁచి ద్వారమున కడ్డముగాఁబడి యతనికి సాష్టాంగముగాఁ బ్రణామముచేసెను. ముని; "ఓరీ ! లే లెమ్ము. లోనికిఁ బోవలయు" ననఁగా వాఁడు "మహాత్మా! తమదివ్యనామము దెల్పినను గృతార్థీకరింపుఁడు. అంతవఱకు శరణాగతుఁడనగునే లేవ" ననెను,అంతఋషి,"వినిపింపకపోయిన నీ వేమిసేయఁగలవు? నాయీ దుర్వాసస్సును

చూచిన నే నెవఁడనగు నదియుఁ దెలియుట లేదా ?" యనెను. ఆ మాటలాలకించిన వెంటన వాఁడు లేచి ద్వారమున కడ్డముగా నిలువఁబడి. "ఓహో ! తెలిసెను తాము దుర్వాస మునీంద్రులా ! ఇంద్రుఁడు చంద్రుఁడును మీ ప్రభావాబ్ధిని మునిఁగి దరిగానక యలజడిపడుచుండ నింక బాలిశుఁడనగు నేనే పాటి వాఁడను ?

ముని:—ఏమిరా ! వింత లేవ్రా వెలిపెట్టనున్న లాగునఁదోఁచెడిని. ఇంద్రునిపేరేల యెత్తితివి ?

ద్వార:—వింత లేయివి ? ఎంతలుగాని మీ ప్రభావము నకుఁ దగియుండదే ? ఆయింద్రునకేకదా తామాదినము దీవించి పుష్పమాలిక నిచ్చితిరి ? అతఁడేమి శిరమునదాల్చెనే ? వెల్ల యేనుఁగు నెక్కుటచేఁగల్గిన సొంపు, త్రిలోకాధిపత్యమున గల్గిన పెంపు నివి కనుదెలియ నిచ్చునే ? ఆ పూలదండ నాతఁడేనుఁగు తొండమునఁ బెట్టెనుగా ! మృగమునకు మందార పుష్పమేల ? అది యాపూలసరమును నలిపివైచెను. ఇఁకఁ దెలిసినదియేకదా దేవరవారి కోపాటోపము ! అతని యైశ్వర్య నాశము వింతయా ? తమయనంత ప్రభావము ముందిట్టి వారొక లెక్కయా ? దేవతలకుఁ గాదుగదా ; వారిఁబుట్టించిన బ్రహ్మకైనను మీ పేరు విన్న గుండె లవియ వలసినదియే.

అట్లుండ నీయింద్రునిమాట వేఱచెప్పనేల? ఆయుధమునకు నూఱుమొనలున్న నేమి? కన్నులు వేయియున్న నేమి?

దుర్వాస:—బాగుబాగు! పెద్దపిన్నల నడవళ్లు గొంత కనివినియున్నావు కాఁబోలు! ఇంకఁజంద్రుని విషయమేమి?

ద్వార:—చంద్రుఁడన నీ చుక్కలలోని పెద్దచుక్కయని తలఁచితిరా! ఇస్సీ! మీచండప్రభావము ముందీ మంచుముద్దయెంత? మీయుద్దండ తేజముయొక్క లేశము సోఁకినను గరగిపోవఁడా? నే నాడునదా రామచంద్రునివిషయము. యముఁడాతనితో మాటలాడవచ్చుట దేవరకు విదితమగునదేకదా! ఆతరుణమున నేరాముఁడు తనయాజ్ఞ లేనిదేలోన నెవరేనిచొచ్చినఁ బ్రాణదండనమగు నను పిడుగువంటియాజ్ఞ లక్ష్మణుని కిడి తానుయమునితో మాటలాడలోని కరిగెను! అతఁడు తన ముద్దులయన్నగారి యాజ్ఞను శిరసావహించెను గాదె! ఆహా! అన్నగారు ముద్దైననాజ్ఞయు ముద్దా! అసమయమున నేకదా మీ రచటికివచ్చితిరి? మిమ్ములోన వదిలిన నన్నగారికిఁ గోపమువచ్చును. వదలకున్న మీకుఁగోపము వచ్చును. అన్నగారి కోపము దనకొక్కనికే ముప్పనకుఁగారణము, విడువకున్న మీశాపమునఁ గులమునకెల్ల హానికలుగవచ్చును, వీనిలో నేది యనుష్ఠింపఁదగినదని యాతఁడాలో

చించెను, తుట్టతుదకు మిమ్ములోన విడచుట కంగీకరించెను. అందులకై కాదె సరయూనదిలో 'గుభిల్లు'నుచు దుముకవలసి వచ్చెను ! ఆపాటాతనితో మాత్రము దీఱెనా? రాముఁడును రాజ్యములోని ప్రజలునుగూడ నాయాపదకుఁ జిక్కిరికదా ! ఒక్కమునుఁకలో నెందఱకుఁ బరమపదము ! ఇట్లుకదా మాహాత్మ్యముండవలయును !

దుర్వాస:— చాలసంతోషించితిని, పురాణ కథలలోఁ గూడ నీకుఁ బరిచయమెక్కుడనుట దెలియ వచ్చుచున్నది.

ద్వార:—ఇఁక శేషముకొంచెమే. నేను లక్ష్మణునివలెఁ గావలి కాయుచున్నాను, ఇటసరయువు లేకున్నను దానికంటె నెక్కుడగు నశ్వనదియున్నది. మీరిటు చొరఁబడిన నేనటుఁ దిగఁబడ వలసినదేకదా ! నేనొక్కఁడ గిట్టినలోక మస్తమింప పదుకాని నాతలిదండ్రులు ముదుసళులు, నాయిల్లాలు నీళ్లాడి రెండునెలలే యైనవి. అకటా ! ఇందఱదిగనాడి నేనెట్లు దూఁకుదును? తాముసంతోషము చెందినందుల కిదియాఫలము !

ముని:—ఓరీ ! భయపడకుము. నీకట్టి కొఱతయేమియును గలుగదులెమ్ము. అని యింతలోఁ దనజపము విచ్ఛిన్నమైనదని తలఁచికొని యక్షమాలిక బిరబిరఁ ద్రిప్పుకొనుచు జపించుచుండెను.

ద్వారపాలకుఁడు దనలో నిట్లనితలఁచెను. "తిన్నఁగాముచ్చటలు చెప్పుచు నెట్లో కొంతకాలము పుచ్చితిని గాని రాజుగారు నిద్రలేచి మొదలుచున్న జాడయేమియుఁ గన్పట్టలేదు. ఇతఁడిప్పుడు లోనఁజొచ్చెనా నాకాపదరాక తప్పదు. ఎట్లో యీతనివలన నభయము పొందితిని. ఇంకనీతఁడు నను శపింపఁబూనఁడు, కాఁబట్టి యీతనిం గొంతరేపెట్టి రచ్చగావించెదను. అది వినిన్గైన రాజుగారు వచ్చినచో నాముప్పుదప్పును." అని తలఁచుచుండఁగా:

ముని:—ఓరీ! నీకభయ మొసఁగితిని. అంబరతలమునుండి యింద్రుని యావజ్రాయుధముపడినను నీకఁహాని కలుగదు ఇది నావరము. ఇంకదారి విడువుము.

ద్వారపాలకుఁ డాతని కడ్డముగా నిలిచి; "స్వామీ! మీమాటలవలన మీ ప్రభావ మింకొకటిగూడ జ్ఞప్తికివచ్చుచున్నది."

ముని:—ఏమిది ? లోనికిఁ బోనీక కథలతోఁ బ్రొద్దుపుచ్చుచున్నావు.

ద్వార:—నామనవి యించుక వినుఁడు. అంబరతలమునుండి యనుటచే నంబరీషుఁడు జ్ఞప్తికి వచ్చెను. అతనియొద్దఁగదా తమ ప్రభావము వెల్లడియైనది! అప్పుడుగదా తాము త్రిలోకములు సంచరించి వచ్చితిరి!

ముని:—పలువా ! ఏమోస్తోత్రము చేసెదవనికదా భావించితిని ! తుదకు వక్రగతికా తిరిగుటయా సంభవించెను.

ద్వార:—వక్రగతికా, కాదుకాదు. చక్రగతికై దిక్కులు దిక్కులు దిరుగుట సంభవించెను.

ముని:—పలుగాకీ ! నోరుమూయుము. ఈ దండములో నీతల పగుల్తునుగాని యభయమిచ్చుటచే నిన్నొక యిక్కట్టునకుఁ బెట్టుట సరికాదని యూరకుండవలసి వచ్చుచున్నది. లేకుండిన నిన్ను నీఱుచేసియుండనా ?

అని ప్రజ్వలజ్జ్వాలఁ జుఱచుఱఁజూచుచు భూమిని బాదముతోఁ దన్నుచు హుంకరించుచుండెను. అప్పుడేదో యాలోచించుచుండిన రాజీశబ్దమువిని వెలికి వచ్చెను. జరిగిన విషయమును గనిపెట్టెను. దుర్వాసునకు ప్రణామము లాచరించి లోనికిం దోడ్కొనిచనెను.

రెండవ అధ్యాయము.

కుంతి

కుంతిభోజుఁడు దూర్వాసుని లోనికిఁ బిలుచుకొనివెళ్ళి యున్నతమయిన యొక యాసనమునఁ గూర్చుండఁ బెట్టి యర్ఘ్యము మున్నగువానిచే నర్చించి, తక్కినసత్కారము

లన్నియు విధ్యుక్తముగాఁ గావించెను. అంత బడలికదీఱి యామునిఁ కుంతిభోజునిఁ జూచి; "రాజా! అనామయమా! నీ ప్రజలకెల్ల సేమమే? బంధుమిత్రాదులెల్లరు సుఖులే!" యని యడిగెను, అంత రాజు; "మీవంటి మహాత్ముల యనుగ్రహమున నందఱము, కుశలముగనే యున్నారము, మేము ధన్యులమయితిమి. ఇందులకు సాక్ష్యము మీ యాగమనమే యగుచున్నది, అధన్యులకు మీ పాదధూళి యణువైననుసోఁకునే"? యని యనేకవిధముల స్తుతించెను. అప్పటికి నా మునీంద్రుని మోము వికసింపక ముడుతలు వాఱి యుండుటఁగాంచి ద్వారపాలుని యవినయమందులకుఁ గారణమయి యుండ నోపునని భావించి, "దేవా! శమదమాది గుణవిశిష్టులగు మీ బోటివారి గుణములు విద్యావంతుల కొకవేళఁ దెలిసినఁ దెలియవచ్చునుగాని మూఢులకుఁ గుత్సితులకు, నీచఁపుఁ గొలువు గొలుచువారి కది తెలియదనుట చెప్పవలయునే? అట్టి యల్పులు భూషించినను దూషించినను మహాత్ముల మహిమ కొకయెగ్గుగాని తగ్గుగాని రాఁబోదు. కుక్క మొఱిగినం తన కొండకేమేని గొఱంత గల్గునే? నీచుల పలుకులు తలఁచుట కూడఁ జులుకదనమనియే యెంచెదను. ఇది తమకుఁ దెలియనిదే" అనియాడి అతనికి ద్వారమునొద్దఁ గల్గిన మనఃకాలుష్యముదిన్నఁగాఁ దొలఁగఁబుచ్చి ముఖమునందుఁ బ్రసన్నభావము

గల్గించెను. మఱియు నా భూకాంతుఁడు తిన్నని మాటలఁ జెక్కల నా మునికి మఱింత వికాసము పుట్టించి; "ఋషివర్యా మీ రాకకుఁ గారణ మేమి ? మా సుకృత పరిపాకము కాక వేఱు కారణమున్న సెలవిండు, నిస్సంగులగు మీకుఁ గోరుకొన వలసిన దొక్కటియు లేదుగాని మాబోంట్లఁ గృతార్థులఁ జేయుటకై కోరికయను నెపమిడుకొని కార్యమెద్దేని జరిపించుకొను చుందురు. అట్లు నను ధన్యుంగావింప నెద్దేనిఁ గోరనుండిన నానతిండు," అని యడిగెను.

ముని, రాజుమాటల పొంకమునకుఁ దలయూఁచి, మెచ్చి, "నీవు నిత్యము వేలకొలఁది నీయింటికి వచ్చు బ్రాహ్మణులకు, నతిథులకుఁ, దక్కిన యనాథులకు నవ్వారిగా నిష్టమృష్టాన్నముల నిడి పూజించుచు నాదరించుచు నుండువాఁడవఁట. అన్ని దిక్కుల వ్యాపించి యుండు నీ కీర్తియే నన్నుఁ బట్టి లాగి యిటకుఁ దెచ్చినది. మంచి యన్నదాతవు. కావున నీయింటఁ గొన్నినాళ్లుండి పోదమని నా తలంపు. నన్నుండ మందువే ? లేక వలదనిన మఱియొక" అనునంతలో రాజు ; "అట్లానతిచ్చెద రేమి ? లక్ష్మి తనంతన వచ్చెదననిన వలదని మోకాలొడ్డు వెఱ్ఱులును గలరా ? మీ రిచ్చుటనే యిచ్చవచ్చినట్లుండి మమ్మనుగ్రహింప వలయు నని ప్రార్థించుచున్నాఁడ" ననెను. దుర్వాసుఁడు "సరి. దీర్ఘాయుష్మాన్భవ. ధనకనకవస్తు వాహన

సమృద్ధిరస్తు. పుత్త్రపౌత్త్రాభివృద్ధిరస్తు''అనిదీవింపరాజులోననుండి పట్టఁజాలక వచ్చిన నవ్వును పెదవులలోనే యణఁచుకొనుచు; "మహాత్మా! నాకుఁ బుత్త్రులే లేరు. పౌత్త్రు లెక్కడనుండి రాఁగలరు? మొన్న మొన్ననేకదా నా మేనమామ కొడుకును యాదవరాజునగు శూరుని జ్యేష్ఠ తనయయు, వసుదేవుని తోడఁబుట్టువునగు పృథయను దానిం దెచ్చి పెంచికొంటిని! అయినను మహాత్ములు దా మాడినమాట దప్పునా? "యనెను. దుర్వాసుఁడు గొంతసేపు చింతించి "తప్పదు. దాని కడుపున నే దిక్పాలురవంటి పుత్త్రులు పుట్టఁగలరు చుమీ! వారీ భూభారమునుగూడ దీర్తురుపో." యనెను, అంత రాజు; "ఆపృథ" నాగృహమునకుఁ బ్రతిదినమును వచ్చుచుండు మునులకుఁ బ్రాహ్మణులకు నన్నపానాదు లొసఁగి యుపచరించుచుండును. అట్లు మహాత్ముల కెడతెగక శుశ్రూషచేసి వారిఁ గన్న యాచిన్నారిబిడ్డ వారి దీవన లందిన యాపవిత్త్రురాలు దమకు సేవసేయఁగల"దనెను. అంత నంతఃపురములోని కరిగి కంచుకినిఁ బిలిచి, ఓరీ! కుంతిని బిలుచుకొనిర"మ్మని యాజ్ఞ చేసెను. వాఁడు, "కన్యాంతఃపురమున నుండియా" యని యడుగ రాజు వానింగాంచి; "దాని కచ్చటనుండు నంతటి తీరిక యెచ్చటిది? అన్నదానశాల యందే దాని కెప్పుడును బనిసరిపోవుచుండునుగదా?" యనెను. వాఁడట్లే యచ్చట-

కరిగి కుంతిం బిలువగా నాబిడ తోడనే తండ్రి కడకరు దెంచెను.

ఆబిడ సౌందర్య వైభవమేమని చెప్పనచ్చును ? ఆ ముద్దు మోము పున్నమచందురుఁ బోలుచుండెను. ఆవాలుం గన్నులు విరివిరియై తామరఱేకుల సరిపోలుచుండెను. ఆయుబ్బు చెక్కిళులు మెఱుగు టద్దమున కీడగుచుండెను, ఆ బాహువులు లతల వలె సుకుమారముగానుండెను, ఆబిడమూర్తీ భవించిన సౌందర్యరాశియో, మెఱుఁగువెట్టిన మోహనాస్త్రమో యను నట్లు ముద్దుగులుకుచుండెను.

ఆబిడవచ్చి తండ్రికి నమస్కరించి యడకువతో నొదిగినిలు చుండెను. రాజు నామెను గాంచియొక్క ప్రక్కకొదిగి మెల్లగా ; "పుత్త్రీ ! ఒక కార్యముకావలసియున్నది, అదిమహా కష్టమేకాని తీర్చినయెడల మివుల శ్రేయస్కరమగును. దుర్వాస మహర్షియని వినియుందువు గదా" యనెను. అంతఁ గుంతి, "పేరుమాత్రము వినియున్నానుగాని, చూచియెఱుఁగను.మహా కోపియగు నాతనిపేరు విన్నంత నెట్టివాఁడును భయపడునఁట కాదా!" యనెను. రాజు; "అతఁడు మనయింటఁ గొంతకాలముం డునఁట. అందులకేను సమ్మతించితిని, పెద్దలను మనము పిలుచుట కుమాఱు వారు తమంతన వచ్చినప్పుడు వలదనవచ్చునా? అట్లు వార యునికికి సమ్మతించుటయు నిన్ను నమ్మియేచుమీ ! నీవు

పసితనమున నుండియు నతిథుల సత్కరించి యారి తేఱియున్న దానవు మిక్కిలి గుణవంతురాలవు. గురువుల యందును బ్రాహ్మ ణులయందును బెద్దలయందును మహాభక్తిగలదానవు. కాఁబట్టి నీవే యీ మహర్షికి వలయు నుపచారములు సేయనేర్తువు, అతఁ డేది యడిగినను దోడనే నవ్వుచు నిచ్చినఁజాలును, ఆ బ్రాహ్మణుఁడు తేజస్సునకుఁ బుట్టినిల్లు, తపస్సునకునిధి. అట్టివారి యనుగ్రహముననే జగములు బ్రదుకుచున్నవి. ఎండ కాయు టయు, వాన గురియుటయు వారి మహా ప్రసాదముననే. వారి నిరాకరించిన వాతాపియు దండకుఁడును దాల జంఘుఁడు నేమయిరో తెలియునే? అందు నీవుపచరింపవలసిన యతఁడు బ్రాహ్మణులందుఁ దలమిన్న. తపమును తేజస్సును నతని స్వరూప ములు. కనుక మిక్కిలి యెచ్చరికతోడ, నతనిని గొలువవల యును. ఉగ్రుఁడని భయమా?" అనెను.

కుంతి:—భయమేల? మనపనియందు దోషముగాని మన స్సునఁ గలుషముగాని లేకుండినఁ జాలును, ఎప్పటికైనఁ గార ణమువలదా తనగుణము చూపుటకు! అకారణముగాఁ గోపిం చిన నాతని తపస్సు మాయును గదా!

అందులకు రాజుమెచ్చి;

"తల్లీ! నీ తెలివి తేటలు దిన్నని నడవడికయు జల్లని మనసు నెంతయుఁ గొనియాడఁ దగినది, నీవు పుట్టినది యదు

కులము, పెరిఁగినది నాయింటనుగదా ! ఇట్లుభయకులములకుఁ దగు గుణము లమరియున్నవి, కల్యాణీ ! తక్కువ కులమునఁ బుట్టిన పడఁతులను గష్టపడి యెన్నికట్టుబాటులఁ బెట్టినను బసి దనముఁవలనఁ దప్పి నడవక మానరు. నీవో ! గొప్పకులమునఁ బుట్టి పెరిఁగిన దానవు. పసిదానవయ్యు నెవ్వరి యెడలను దప్పినడువవు. చుట్ట పక్కములందును. జెలులందును; భృత్యులయందును, దల్లిదండ్రులగు మాయందును మనవారను బుద్ధిని బట్టికాని, చనవునుబట్టికాని, యలక్ష్యముచేసితప్పినడిచినదిలేదు. కాఁబట్టి మనరాజ్యమునందుఁ గాని, రాజధానియందుఁ గాని నీయెడసంతసింపని వారొక్కరును గల్గరు. కులమునకుం దగు రూపును సాటిలేని దయియున్నది. రూపునకుం దగులక్షణము లెల్ల నమరియున్నవి. ఇది యరుదు. ఇట్టి చక్కఁదనాల కుప్పను గారాబు కూఁతును నిన్నా మునికి శుశ్రూష సేయుటకుఁ బంపుట యెట్లని శోకభయములు పీడించుచున్నవి. కాని నీభక్తి వినయాదిగుణములే శోకమును పోకార్చుచున్నవి.నీతెలివియు, మెలఁకువయు నాభయమును ద్రోలఁగించుచున్నవి. నీవు పెద్దలఁ బెక్కురఁ గొలిచి పనుపడి యుండుటయు వారివలన నీవుపొందియున్న యాశీర్వచన పరంపరలు నిన్నీపనికి నియమింపవచ్చునని నన్ను త్సాహపఱుచుచున్నవి. ఏమనెదవు?'' వనెను.

15

కుంతి;—తండ్రీ ! చింతింపవలదు. నాకు నిరంతరము బ్రాహ్మణసేవ సేయుచుండవలయునను కోరికగలదు. అది దైవికముగాఁ గూడివచ్చినది. మఱియందులకుఁదోడు మీయాజ్ఞయు నొనఁగూడెను. మీకిది యత్యంతప్రియముగ నున్నది. నా మహాభాగ్య విశేషము కతమున నిన్నియుఁ గూడియుండ నేన ద్దాని నొల్లకుందునే ?

రాజు:—నీ బుద్ధియుఁ బెద్దఱికమును దెలిసియేకదా నిప్పు వంటి యీమునికి శుశ్రూష సేయుభారము నీపైఁ బెట్టి యుంటిని. దర్పాహంకారముల దూరముగల్ల త్యజింపవలయును. అప్పుడు మూఁడు కన్నులుగలవానికేని నిన్నుఁ గన్నెత్తిచూడఁ దరముగాదు. ఇది సకలకార్యసిద్ధికి మూలమగును. ఇట్లా రెంటిం దిగవిడిచి యీముని యెప్పుడుగాని యెచ్చోటఁగాని యేవిధమునన్నైనను నెది కోరినను దానిం గొఱకొఱలాడక చుఱచుఱఁజూడక విసుఁగులేక వ్యసనపడక లోపలను వెలుపలను బరిపూర్ణభక్తికల్గి తోడన చేయుచురమ్ము. మునియలుకకును వెడపలుకులకు వ్యవధిముగలుగదు. అట్లే వారి యనుగ్రహమునకు మృదూక్తులకును నెడముండదు కాఁబట్టి నీవు గృతార్థురాలవగుదువు. నీవలన నాకులమునకును గీర్తిగల్గఁగలదు. ఈబరువు నీపయిఁ బెట్టుచున్నాఁడను.

కుంతి:—తండ్రీ! ఊరకసంశయింపనేల? బ్రాహ్మణుల కృపయుఁ గోపమునెట్టివో నేనెఱుంగుదును. వారియందెప్పు డేరీతి మెలఁగవలయుననుట నాకు జన్మముతోడఁ బుట్టినవి యగును. చిన్ననాఁటినుండియు నేనీవిషయమునఁ బనుపడి యున్నాను. కనుక నతఁడెప్పుడు వచ్చినను వలయుపరిచర్య తప్పక జరిపి యాతనికిఁ గోపముగల్గనీక మెలఁగెదను. ఈ భారము నాపైనిడి నెమ్మదిగా నుండుఁడు.

రాజాకన్నియయొక్క చలింపని ధైర్యమునకు దిట్టతనమునకు మెచ్చి దూర్వాసునెదుటకుఁ దోడ్కొనిపోయి; "మునిచంద్రమా! ఈబాల నాకేకపుత్త్రిక. తమకుసేవసేయ నే[illegible] గట్టిగాఁ బూనుకొనెనుగాని తనశక్తి యెఱుఁగదు. ఎంత నే[illegible]నను బసిదేకదా! పుట్టిపెరిఁగి నాచే నొకతిట్టును బడియెఱుఁగదు. ముద్దులతోడనే పెరుఁగుచు వచ్చెను. మాప్రాణములెల్ల దీనియందే నిలిచియున్నవి. కాఁబట్టి తెలియక తప్పుగా నడచికొనెనా దిద్దవలయు. బుద్ధులనేర్పి పరిచర్య చేయించుకొనవలెను. బాలురు స్త్రీలు వృద్ధులు తెలిసి తప్పు చేసినను నెట్టివారును దానిఁ దప్పుగాఁ బాటింపరు. ఇఁకమీబోఁటి శమదమసంపన్నులమాట చెప్పనేల?" యని యాబిడనాతని కప్పగించె. అతఁడు చంద్రకిరణములవలె, హంసములవలెను దెల్లనైన యొకమేలి సౌధము మహర్షికి నివాసముగా నేర్పఱచెను.

అందగ్నిహోత్ర శాలలో నాతనికి మేలైన యొక యాసన మమర్చెను. మఱియు నామునికిష్టమైన యన్నపానాది ద్రవ్యముల సమకట్టించి కుంతినిఁజూచి; "మాయందఱ ప్రాణములు నీ యఱచేతన యున్నవి. మునిని మెప్పించితేని ముల్లోకములు నీయవి. నొప్పించితివా యవ్వలిగతి చెప్పనేల ?"

అని హెచ్చరించి మునివలన సెలవు పుచ్చుకొని నగరు లోనికిఁ బోయెను.

మూఁడవ యధ్యాయము.

పరిచర్య

ఆ మహా సౌధమునందుఁ బృథ యామునికిఁ బరిచర్యలు సేయసాగెను. ఇంతవఱకు మునులకును బ్రాహ్మణులకును బరిచర్యలుచేసి యలవాటుపడియున్నది గాన నాముని కేవేళ నేచోట నేది కావలయునో వాని నతఁడు తలఁచుకొనకమునుపే యాయితమైయుంచును. అతఁడు పలువిచ్చి చెప్పి తెప్పించుకొనిన దేదియు నంతగాఁ గానరాదు. ఇతనికేమి కావలయుననుట కుంతికిఁ దెలిసినంత యతనికే తెలియదనిన యతిశయోక్తి గాదు. ఇది బాల్యమునందలి యభ్యాసప్రభావము. ఉగ్గుపాలతో నూఱిపోసినది యూపిరి యుండునఱకును విడువఁజాలదుకదా!

అది యెంత మంచిదైననంత మేలు నిచ్చుచుండును. అప్పటప్పటికిఁ గ్రొత్తక్రొత్తగా వింతవింత రుచులు పుట్టుచున్న కూడు కూరలును, కూడు కూరలకంటె నెక్కుడగు భక్తివినయములును, భక్తి వినయములకంటె నధికమగు పలుకుల మేలఁపును మఱి మఱి భోగ్యముగా నుండెను. అన్నియు దైవమునకువలె నుపచారములు. అపచారమో యెంత పరిశీలించినను గోచరమగుటలేదు. ఒక్కొక్క యుపచారమునందును బనికత్తెవలె భయమును, శిష్యురాలివలె భక్తియుఁ, బుత్త్రికవలె గౌరవమును, సహోదరివలెఁ బ్రేమయు, జూపట్టుచుండును.

మఱి యాపాకముల శుద్ధియు దానిని వృద్ధిచెందించుబుద్ధియు, నంతకంటెఁ బరిపక్వమగుమనశ్శుద్ధియు, దానికంటెఁ బెక్కుమడుఁగు లెక్కుడగు భక్తివృద్ధియు బహుగుణకైనను వెడఁగునకైనను బుష్టియుఁ దుష్టియుఁ గల్గించుననఁగా ఋషిశ్రేష్ఠునకుఁ జెప్పవలయునా? ఋషియత్యుగ్రుఁడే కానిమ్ము, అగ్నిహోత్రమువంటివాఁడే యగుఁగాక. బడబాగ్నియేని నమృత మహాసముద్రమునఁబడి యేమిచేయగలదు?

అతఁడా ముద్దియ మనశ్శుద్ధిని, భక్తిపరిపాకమును, సౌష్ఠవమును దెలియఁగోరి పరిపరి విధముల నాబిడను బరీక్షింపసాగెనుగాని యాబిడయందుఁ గొంచెమేనియుఁ బొరపాటుగానఁబడదయ్యెను. ఒకనాఁ డతఁడూరకయ యున్నట్లుండి మండి

పడుచు; "ఓసీ! నీపేరేమి? చెప్పుము. ఏల యూరకున్నావు?" అని తనమాటయే కాని యాబిడ మాటలాడుటకు నెడ మియ్యకయే యామె తన ప్రశ్న కుత్తర మీలేదను నెప మాపెపైఁ బెట్టి కోపించుచుండెను. కుంతియంత వినయమున "నాపేరుకుంతి" యనెను. ముని, "ఇస్సీ! నీపేరు పృథయని మీతండ్రి వచియించి యుండెను. మాఱుపేళ్లుగూడఁ బెట్టుకొనుటకుఁ దెలిసియుంటివా? ఇది యెవరినివంచించుటకు?" అని యదల్పఁగాఁగుంతి; "మహాత్మా! పుట్టినింటివారు పృథయని పేరుపెట్టిరి. పెంచినతండ్రి 'కుంతి' యని తనపేరు నందలి కొంత భాగము నెత్తి నాకుఁ జేరిడెను. కాబట్టియే నేనాలాగునఁ జెప్పితి" ననెను. ముని; "ఏమేమి? పదినెలలు మోచికన్నవారు పెట్టినపేరు కడప దాఁటినంతన పోవుటయా? నడుమఁ బెట్టినదే ముఖ్యమా" యనఁగుంతి; "తమకేది చిత్తమో సెలవిచ్చినదానినే గ్రహించెద" ననెను. ముని, కుంతియనుటకు నీతండ్రి చిత్తము. పృథయనుటకు నాచిత్తమా? ఎప్పు డెదుర నెవరున్నారో యప్పటికి వారి చిత్తముగా బోలు! ఎత్తువారిచేతిబిడ్డవా? జిత్తులమారీ!" యనెను. కుంతి; "మహాత్మా! పుట్టినింటివారు పూజ్యులు. అంతకంటెఁ బెంచినయింటివారు పూజ్యతరులు. తాము పూజ్యతములు. పూజ్యతముల చిత్తమే మాబోంట్లకుఁ బ్రమాణ" మని

నవ్వుచుఁ జెప్పఁగా ఋషి యామెబుద్ధి పటిమకును మాట పొందికకును మిక్కిలి యాశ్చర్యపడెను.

మఱియొకనాఁడు దుర్వాసుఁడు కుంతివడ్డించిన సరసమృదు పదార్థములఁ దినుచుండెను. కుంతి మఱుఁగున నేయుండి యాతని కేమి కావలయునోయని ఱెప్పవేయక మఱియొకటి తలఁపక యాతనినే చూచుచుండెను. అతఁడంతయు భుజించి లేవఁబోవు సమయమున సైంధవము, సైంధవము త్వరగాఁ బోవలయునని బిగ్గరగా నఱచెను. కుంతియదరిపడి యుప్పుకావలయునని యాడెనని తలఁచుకొని భిరభిరఁబోయి దానిందెచ్చి నడ్డింపఁ బోయెను. అదిచూచి మునిమండిపడి పండ్లు వెటవెటఁ గొఱుకుచు ;

“ఓసీ! భుజించి చేయిగడుగుకొనఁ బోవునపుడా యుప్పు దెచ్చెదవు? దప్పిపుట్టి నీరుద్రావింపనా తలంచితివి? కడు పుబ్బించి చంపనాయెంచితివి? హా! ఘాతుకురాలా! పాపాత్మురాలా! ఎంతకొడిగట్టితివి? పెద్దలనుగొల్చి తేఱుగడనందితి వని నీతండ్రిచేతులు ద్రిప్పిత్రిప్పి బట్టువానివలె నిన్నుఁబొగడెనుగా! నీతేరుగడ యటుండ వారు గడతేఱిరికాఁబోలు! ఇఁక నన్నుఁ గడతేర్పఁ గంకణముపూనితివా? సైంధవమనిన నర్థము దెలియదా?”

ఇంతలోఁ గుంతి భృత్యులనంపి మంచి యశ్వమొక్కటిఁ దెప్పించెను. దానింగాంచి సంతస మాతఁడు మఱింతమండి పడి దండమెత్తుకొని ;

"ఓసీ! అన్నియుడిగి యూరూర జోగినై తిరుగుచుండు నే నింకగుఱ్ఱాలెక్కి తిరుగవలసిన దే. నీచేతి పాడుకూడుతిని నందులకు గుఱ్ఱాలు లేకపోయిన నఱుగదా! ఇప్పుడు గుఱ్ఱమెక్కి తిరుగఁబొమ్మను చున్నావు. ఇకఁగొన్నాళ్లకు గాడిదనెక్కించి త్రిప్పింతువేమో! నీకండకొవ్వునఁ గన్నుగానక నన్నురాచ వాఁడని తలఁచితివా? సైంధవమనఁగా నశ్వము. అది నదీరూపమున నున్నదికదా! దానినీరని తెలియుటలేదా! కానీ! ఇంతకావరమా! ఇంతపోతరమా! అని పెద్దయెలుఁగున నఱచి బిరబిర నెక్కడికోపోయి మరలివచ్చెను.

ఇట్లతఁడెన్ని పనులుపెట్టి యలయించినను, మఱియెన్ని పరుషములాడి కలంచినను నాగుణవతి మనసున విసుఁగుగొనదు. ముఖమున వికాసముతప్పదు. రేపువచ్చెదనని పోయి యర్ధరాత్రమున వచ్చును. మాపువత్తునని నమ్మించి మట్టమధ్యాహ్నమునకే తోఁచును. పోయెదనని చెప్పి మఱుఁగైతటాలున మరలివచ్చును. నిలిచెదనని చెప్పిపరుండి దబ్బునవెడలి పోవును. తెమ్మని యడిగి వల దనును, వలదని చెప్పి తెమ్మనును. ఎట్లుచేసిన నేమి? ఆనిత్య నిర్మలాంతరంగకు, ఆనిరుప

మానభక్తి యుతకు మొగమునం దొక రేకయు ముడుంగదు. మొలకనవ్వు పెదవినివిడువదు. పలుకు తియ్యదనముతగ్గదు. వినయభావము వీడదు. కోపమో తాపమో మఱివేసమో మోసమో యన్నింటికిని దర్పమును దంభమును ద్వేషమును గదా మూలకందములు! ఈమూంటినివిడిచి యచ్చపు ముత్తె మువలెనున్న యామెచిత్తమునకును, నాచిత్తమునందలి మహా ప్రీతి పూరితభక్తి రసమునకును నలంతగాని కలంతగాని గల్లుటెట్లు? అలసి సొలసినది మునియే. కాకేమి? అట్టి మిక్కిలి కష్టతరములగు పరీక్షలెల్ల రామబాణములవంటివి. అవియమోఘములు. అవిగుఱితప్పినా ప్రయోగించినవాని మీందనే పడకమానవు.

ఇట్లొక సంవత్సరకాలము జరిగెను. నానాండు జరుగు దంతయు నప్పడప్పుడు దండ్రివచ్చి యడుగంగా నతనికిం జెప్పి మెప్పును సంతోషమును గలిగించు చుండెను. అంత దుర్వా సుండు గుంతి పరిచర్యకు మెచ్చి;

"కుంతీ! నీశుశ్రూషకు నేనుమిక్కిలి సంతోషించితిని. నీవీలోకము నందలి మనుష్యులు పొంద రాని వరముల నైన నడుగుము. ఇచ్చెదను. దానిచేత నీవు మిక్కిలి కీర్తినిబొంది తక్కిన కాంతలం గ్రిందుపఱుపంగలవు," అనెను. అంతంగుంతి దేవరకు నేను దెలిసియో తెలియకయో యించుక యుప

చరించిననది శుశ్రూషయనఁదగునే? దానికినేఁగోరిన ఫలంబు మీపరమానుగ్రహమును మాతండ్రిగారి యానందమునగు. ఈరెంటిని మించున దేమున్నది? ఇంతియచాలు. చరితార్థ నయితి" ననెను. దానికి దూర్వాసుఁడు సమ్మతింపక; యిట్లనెను. "నీయట్టిగుణవతికి సరియగునదియే కాని నాబోటివాని కిది ధర్మముకాదు. తృప్తియునీయదు. ఇదిగోనేనొక మహామంత్ర ముపదేశించెదను. మాటాడక పుచ్చుకొనుము. దీనిచే నీవే దేవత నాహ్వానము చేసితివో నతఁడు నీవశమున నుండఁ గలఁడు. ఆదేవత తనకిష్టమైనను గాకున్న నీమంత్రము నకుఁ గట్టుపడి నీకు భృత్యుఁ డయి యుండక తీఱదు సుమీ!" యనెను. అతఁడు చండకోపుఁడుగాన వలదనిన నేమనునో యని భయపడి కుంతి; "మహాప్రసాద" మనెను. అతఁ డథర్వశిరస్సుననున్న మంత్రమా బిడకు విస్ఫ్యుక్తముగా నుప దేశించెను, ఆమంత్రము సామాన్య మగునదికాదు. అది భూభారపిశాచముల నుచ్చాటన మంత్రము, భూపాలకుల క్షయమున కభిచారతంత్రము. భారతయుద్ధరంగ నిర్మాణము నకు వాస్తు యంత్రము. కౌరవ నాటకరంగమునకు ద్వార ప్రవేశము. ఓంకారసహితమగు నామంత్ర రాజమాబిడ కుప దేశించి దుర్వాసమునీంద్రుఁడు కుంతిభోజు నాశీర్వదించి వీడ్కొని వెడలెను.

నాల్గవ యధ్యాయము.

పుత్త్రజననము.

ఒకనాఁటియుదయమున స్నానముచేయుటకై దాదికూఁతును దోడుకొని దాపుననున్న యశ్వనదికిఁ బోయెను. అప్పుడు తూరుపు దెల్లవాఱుచుండెను. క్రమముగ దూరపునుండి మంచు వలెఁ జిలుగై వెలుతురు వ్యాపించి పడమటి దిక్కునందలి పర్వతాగ్రములందుఁ బొంచియుండు చీఁకట్లను దఱుముకొని పోవుచుండెను. కొలకొలమని పక్షులధ్వనులును, నిదురలేచుచున్న జనుల కలకలమునువినఁ బడుచుండెను. కుంతి యానది యందు జలకమాడి శుచియై వెలపొడుగు చీరఁగట్టుకొని, సొమ్ములుదొడిగికొని, కురుల దాది యార్చుచుండఁగా నొక చలువ రాతి గట్టుపైని గూర్చుండెను.

అప్పుడు దాపలిపొదరిండ్ల దట్టముగాఁ బూచియున్న పూవులతావులు గుమగుమయని గుబాళించుచుండెను. చెట్ల యందలి చిలుకలును గోకిలలును సేయుచున్నయవ్యక్తమధుర ధ్వనులు, నప్పుడే వికసించుమల్లెల మకరందపానము సేయనచ్చుచుండు తుమ్మెదల ఝంకారములును గూడియెంతో కర్ణపర్వము గావించుచుండెను. అందందు దట్టములుగా నాకుజొంపములును, వాని నడుమ సూక్ష్మముగా వ్యాపించియున్న వెలుఁ

గునుఁ దానినుండి తప్పనెంచిపాఱుచున్న సన్నమబ్బువంటి కను చీఁకట్లను దవ్వుదవ్వులఁగన్పట్టు పర్వతములనుండి జలజల ప్రవహించుచు నానదియందుఁబడు సెలయేళ్ల తుంపరలతోఁ గూడి చల్లనై విసరుచున్న పిల్లగాడ్పులనుగూడి యాప్రదేశముచూచుట కెంతో రమణీయమై యెట్టివారి మనస్సున కును రసోల్లాసము గల్గించుచుండెను. దానంగల్గిన చిఱునవ్వు గుంతి యొక్క ముద్దుపెదవుల మఱుఁగునఁ దాఁగిలి మూఁతలాడుచుండెను.

అప్పుడాబిడ మానసము మిక్కిలి యుత్సాహ యుక్తముగా నుండెను. ఆమె కురులార్వదూపము వైచికొని నుదుటఁ గస్తూరితిలక మిడికొని దాదికూఁతు రపుడేకోసి, తెచ్చిన పూవులొకకొన్ని గురులం దుఱుముకొనెను. అప్పటి యామె యాకారముగాంచిన వికసించుచున్న తామరనుండి వెలువడిన లక్ష్మీదేవిలాగునను, రూపొందినరతీదేవి మాడ్కిని గోచరించుచుండెను. అంత నా బిడదాది కూఁతుచేతిపైఁ జేయివైచికొని యుల్లాసముల్లమునఁ బల్లవింప నేమో ముచ్చటలాడుచుఁ గన్యాంతఃపురమునకు బయలుదేఱెను. అపుడు దాదికూఁతు "రక్కా..! నేఁ డేమో నీ ముఖము కళకళ లాడుచున్నది తోడనే పెండ్లియగుఁ గాఁబోలు!" ననెను. కుంతి; "ఔనౌన భర్తయెవ్వఁ డగునదియు నింకనిర్ధారణ కాలేదు పెండ్లి

మాత్రమగుచున్నది. పుత్త్రుఁ డింతకుమున్నే యుదయించెను గాఁబోలు! ఓహో! నేను నీ కింత యెల్లిదమైతినే?" యని యించుక కోపముతో నాడెను. ఆ తరుణమున నదిగట్టున దూరమున నెవరోకొందఱు మాటలాడుచుండిరి. వారిలో మాటవెంబడిని 'సుపుత్త్రావాప్తిరస్తు' అని యొకరాడ నది వీరిచెవిఁబడెను. అంతదాది కూఁతురు; "వింటివే యీయుప శ్రుతి! నీకుఁ గొడుకుఁ బుట్టునుబో!" యనఁగుంతినవ్వి; "ఈ మంత్రములకు మామిడికాయలు రాలునే?" యనెను. దాదికూఁతురు; "చక్కఁగా స్మరణకువచ్చెను. దూర్వాసుఁ డిచ్చిన మంత్రమును జపింపుము, దానిచేతనైన నీ వాడినట్లు మామిడికాయలు రాలవేమోచూతము." అనగుంతి; మామిడి కాయలు రాల్చుకొనుట కానేను మంత్రము గ్రహించినది." అని నవ్వుచునే హర్మ్యమునకు వచ్చియందు వెలపొడవగు నొకశయ్యపై హాయిగఁగూర్చుచుండెను.

అపుడు దయగిరి శిఖరమున బాలసూర్య బింబము కెంపారు రుచినొప్పుచుండెను. దానిని జూడఁగా కుంతి మనస్సున సొంపు రెండింతలాయెను. ఆ బిడ మనస్సువిరిసిన తామరపూవువలె నల్ల నల్లన నాడుచుండెను. ఆమె మనస్సును జూపును నాసంజ కెంజాయచే రంజిల్లుచున్న యా బింబమునందే గట్టిగాఁదవిలి యుండెను. బింబమునందలి రూపము వేంద్రముతోనుండక..

యాహ్లాదకరముగా గోచరించుచుండెను. అట్లామె చూచుచుండఁగా నామెకు దివ్యదృష్టికలిగెను. దాని మూలమున నాబింబమున బంగారుకవచము దాల్చి దివ్యకుండలములచే నలంకృతమైన యాదేవుఁడు చక్కఁగాఁగనఁబడసాగెను. అందులకామె యెంతో వేడుక నొందెను. గాన దుర్వాసుని మంత్రము దలఁచికొని; "మునియో కరుణించి నాకు మంత్ర ముపదేశించెను గాని దానిమహిమ నొక్కనాఁడైనఁ జూచిన దానను గాను. ఇదిగో సూర్యుఁడెంతో రమణీయముగాఁ బ్రకాశించుచున్నాఁడు. ఇతనివలే సహజకవచ కుండలములుగల పుత్త్రుఁడు గావలయునని కోరెదను గాక." అనిఇట్లు తలఁచినంతనే ప్రాణాయామముచేసి మంత్రము జపించెను.

అంత నా బింబమునుండి వ్యక్తి యొకటి మెఱయుచుఁ గ్రిందికి దిగుచున్నట్లు గోచరించెను. అది యాబింబమునుండి వీడి పడిన కాంతిపుంజమా? కాదు కాదు. రానురానది యవయవములతోఁ గూడిన యొక రూపముగానుండెను. పుణ్యమంతయు క్షీణింపఁగా భూలోకమునకు వచ్చుచున్న దేవతగాఁ బోలు! అట్లును దోఁచుటలేదు. అంత నది సహజ కవచకుండలాభిరామమై కుంతినంకకే వచ్చుచుండెను, యోగబలమున మఱియొక మూర్తిని ధరించిన సూర్యుఁడు కానోపును. అగును, తప్పక సూర్యుఁడే కాఁబట్టియే మెడయందు మూఁడుఁ

28. ఆబింబమున బంగారు కవచముదాల్చి దివ్యకుండలములచే
నలంకృతమైన యా దేవుడు చక్కఁగా కనబడసాగెను.

రేఖలు శంఖమునకువలె శృంగారమై యొప్పఁ, గేయూరములు దొడిగి, కిరీటము దాల్చి దిక్కులనెల్ల వెలిఁగించుచు వచ్చెను. తనయొక్క యన్యమూర్తి యెండగాయుచుండ తాను గుంతికడకువచ్చి నవ్వుచు నెదుట నిలిచి, భయాశ్చర్యముల పాలై యున్న యాకన్నెతోఁ దియ్యని పలుకుల నిట్లనియెను.

"అబలా! నేనెవ్వఁడో యని తలఁప వలదు. నీ విపుడు ధ్యానించిన సూర్యుఁడనే. నీ మంత్రబలమున వచ్చితిని, నీ మదికిఁ బ్రియమైనదానిఁ దప్పక చేసెదను. కల్లలాడను;" మనెను. కుంతి యాతని తిన్నని పలుకులఁ దన మనసుగుదుటఁ బడ నాతని భయభక్తులతోడ నమస్కరించి; "యోదేవా! మీ బోటి దేవతలఁ బిలుచునంతటిపని నా వంటిదానికే మున్నది? ఉండునదియు లేనిదియు లోకచక్షులరగు మీకుఁ దెలియదా? పసిదానను నందును దెలివి చాలనిదానను. మంత్రమనఁగా నొక పెద్దవింతగా నెంచి వేడుకతో జపియించితిని. అది యిట్లు విపరీతమాయెను. ఇంతమాత్రమునకే యన్నియుఁ దెలిసిన దేవర వేంచేయుట మిక్కిలి చిత్రముగా నున్నది. చూఁడీ," యనెను, సూర్యుఁడు; కుంతీ! వచ్చినది నీకు లోఁబడిగాదు, నీమంత్రమునకు వశుఁడనై వచ్చితిని, మంత్రమన నేమియని తలంచితివి? అది వ్యర్థముగాఁ బోవునే? అది యీశ్వరాజ్ఞాస్వరూపము, లోకములన్నియు దానికిలోనువ

యగును. లోకములోనివాఁడను నేనును దానికిలోఁబడ వలసినవాఁడనే.వచ్చినవాఁడను నీ యిష్టము సేయకుండుటదగదు. కర్మసాక్షిధర్మము తప్పఁడుచుమీ." యనెను, అంతగుంతి ;" మంత్రము భక్తియుక్తముగ బుద్ధిపూర్వముగ జపించినఁ గదా సిద్ధించుట! వేడుకకొఱకు నోరు మెదల్చినంతనే యిట్లు కదలివత్తురే? నా యజ్ఞానముచూచి, నా బాల్య చాపలము దెలిసి వదలిపోవ యత్నింపవలయును." అనెను, సూర్యుఁడు "వదలిపోవక నిలుచుట యెక్కడిది?వచ్చినపనిపూర్తియగుటయు తడవు. వేడుకయని యగ్నినంటినఁ గాలదా? విషముద్రావిన జావరా? భక్తితోడను రక్తితోడను జపించిననే యది ఫల మిచ్చునని తలఁచితివే? ఆయ్యా వస్తువులు తమ తమ స్వభావ గుణములఁ దప్పఁజాలవు. అన్నిటికిని సాక్షినగు నేను దప్పిం తునే? సహజ కవచకుండలములఁ గల నావంటి పుత్త్రుని నీవు గోరితివిగా! ఆ కోర్కె యేల వెలిపుచ్చవైతివి? వట్టి సమయ ములం గోర్కెలుగల్గి ఫల సమయమున విడువనేల?"యనెను. కుంతి,"దేవా! వర ప్రభావము దెలియుటకై కోరికయను నెపము పెట్టి యూరక మనస్సుననెంచితి నంతియ కాని నిజముగానాకట్టి వాంఛ యెక్కడిది? తెలిసి తెలియముల మూలమునఁ జేసిన తప్పును లోకబాంధవుఁడవగు నీవు మన్నింప కుండిన నింకెవరు దిక్కు కాఁగలరు? మఱియు నేనాఁడుపుట్టువు గానఁ

గన్యాత్వము చెడఁగొట్టి కొంటినా; నాకుమాత్రముకాక యీ రాజ్యమునకు రాజగు నాతండ్రి సుప్రసిద్ధుఁడగు కుంతిభోజు నకుఁగూడ నపయశము రాఁగలదుగదా? అతనికిఁ గళంకము వచ్చెనా, దాని మూలమున; రాజునకు రాజ్యమునకును,ముప్పు కలుగునుగదా! ఇన్నిటినిజూచి యైన నన్ను మన్నింపరా?" అనుచుఁ గన్నుల నీరు గాల్వలు కట్టి పాఱుచుండ మిక్కిలి బ్రతిమాలుకొనెను. సూర్యుఁడు; "నీవు చెప్పినది నిజమే కాని ధర్మమెట్లు దప్పవచ్చును?లోకము లేలు నే నధర్మమాచరించిన లోకమే తలక్రిందు లగును గదా? కావున నామాటలకు సమ్మతింపుము. నీవు తలఁచినట్లు పుత్త్రుఁడు పుట్టియే తీఱవలయునని యొత్తిచెప్పెను. ఆ బిడయందుల కొప్పదయ్యెను. అంత సూర్యుఁడు గోపముగొని ; "మంచిమాటలచేఁ జక్కఁబడవా? నన్నెవ్వఱని తలఁచితిని? ఇట్లు చేయకపోయితివా? నిన్ను మాత్రముకాదు. నీతలిదండ్రులఁగూడ నీఱు చేసెదను, ఇది మనయిద్దఱికే తెలిసిన మర్మమని తలఁచితివా? ఇప్పుడు దప్పించుకొనిన నింక నెవ్వరెఱుఁగలరని యుక్తిపన్నెదవా? ఇది మనకు రహస్య కాని మీఁద నెందఱో హాస్యముసేయుచున్నారు, నీకు దివ్యదృష్టి కలదుగదా? అదిగోచూడు మాకాశమున నింద్రుఁడుమున్నగు దేవతలు నీకుఁ జిక్కియున్న నన్నుఁ జూచి పకపకనవ్వుచున్నారు. మనగుట్టు బట్టబయలయి యున్న"

దనెను, కుంతియు సూర్యుని జూచిన యాదివ్యదృష్టితోడనే దేవ తలనుగూడఁజూచి లజ్జించి, చేయునది లేక:" మహాత్మా! ధర్మస్వ రూపుఁడవు,నీకుఁ దెలియని దేమున్నది? నన్నిచ్చుటకుఁ దల్లిదండ్రు లర్హులుగాని కన్యకనగు నే నస్వతంత్రురాలను గదా? ఇది మాత్రము ధర్మభంగము కాదె?"యనిన సూర్యుఁడు పట్టువిడు వఁడాయెను. ఇది వినినఁ గుంతిదనలో; "తపస్సును తేజస్సును బవిత్రములే కాని యవిపసితనమునఁ నచ్చైనేనిఁ బుణ్యామునకు మాఱుపాపము గల్గించును. బసిదానను నాకీ మంత్రము దెలియుటచేఁ గదా యింతకల్గెను? ఇప్పుడు నేను సమ్మ తింపక పట్టు పట్టితినా యీ దేవునికి నాపైఁ గోప ముదయించి నాకును నాకులమునకును దల్లిదండ్రులకును హాని గల్గించును. ఇష్టపడితినా కన్యాత్వము చెడును. ఎట్లు పోయినను ముప్పుదప్పదు, కనుక యీ దేవుని కోపమునకుఁ బాత్రురాలు గాక ప్రసాదమునకు గుఱియైతినా యీముప్పునుండి యెట్లె నిం దప్పవచ్చునేమో? మఱి గతియేమి?"యని తలంచి తెగువచేసి యతనితో,"దేవా! కన్యక బంధువులును బెద్దలును గూడి వరు నకిచ్చి వివాహము గావించిన యావలఁగాని భార్యఁగాజాలదు. అట్లుండఁ గులశీలములకు భంగకరమగులాగున నిట్లు వేఁడుక సల్పుట ధర్మమా? నాకుఁ బయినఁ జుట్టపక్కములు పెక్కు రున్నారు.వారినడుగక బలవంతపెట్టి నీవేయిట్లు ధర్మమునకు వెలి

యైన నాకన్యాత్వము సెడుట యటుండ లోకవిఖ్యాతమగు నీకీర్త్రి మలినముగాదా ? ఇది చెప్పవలసి చెప్పితినిగాని నీ వెఱుఁగనిదికాదు. సకలధర్మములును సత్యమునకు లోఁబడినవి గదా? ఇది తగవనియే నీకుఁదోఁచిన నీచిత్తమునకు మాఱాడు దాననుగాను, నామీఁద నెట్టినింద పడినను భరించుటకు నడుము గట్టికొంటిని. అట్లని నన్నపవాదముల పాలుసేయుట నీకు ధర్మముగాదు, నన్ను రక్షించుభారము నీయది'' యనెను. మహాదుఃఖమున మునుఁగుచు భారము దనపైఁబెట్టి యూరకున్న కుంతింగాంచి సూర్యుఁడు కరుణించి; ‘‘కమలాక్షీ! ధర్మముదప్పి నడతునా ? మఱి నిన్నునడిపింతునా ? నీకన్యాత్వము సెడకుండులాగున వరమిచ్చితిని. లోకనిందయు నీకుఁ గల్గఁజాలదు. నాయనుగ్రహమున సద్యోగర్భమున మత్సమానుఁడు మహాతేజుఁడగు పుత్త్రుఁడు బుట్టఁగలఁడు'' అన నంతఁ గుంతి; ‘‘దేవా ! నాకుఁ బుత్త్రుఁడు పుట్టిన నీవలెనే కవచకుండలములు గల్గి యతి బలరూప సంపన్నుఁడై యుండును గాదె?'', సూర్యుఁడీ మాటలువిని; ‘‘అట్లే జనింపగలఁడు, అతని కవచకుండలము లమృత మయములుసుమీ ! ఆకుండలము లదితి నాకొసఁగెను. ఆకవచ మభేద్యమగునది'' యనెను. కుంతియు ‘‘మహాప్రసాద'' మనెను. సూర్యుఁడు ‘‘నీకు నావంటి

కుమారుఁ డుదయించును గాక" యని యాకాశమునకుఁ బోయెను.

అంత సూర్యా ననుగ్రహమునఁ గుంతి సద్యోగర్భమున నొకసుతుఁగాంచెను. ఆబిడ్డని దేహమునఁ జర్మమువలె నంటి యుండు కవచమును జెవులం దలతల మెఱయుచుండు కుండలంబులు నుండెను. కన్నులు తామరఱేకులవలె విశాలములై చెన్నుగులుకుచుండెను. బాహువులు మిక్కిలి దీర్ఘములుగాను దేహ మతిదృఢముగాను నుండెను. కుంతి దాఁగన్నచిన్నారి కొడుకు నాతనిఁగాంచి యుప్పొంగిచెలంగి యానందాబ్ధి తరంగముల మునిఁగినదయ్యెను. ఆ తేజ మారూప మా రేఖయు లోకసామాన్యములా ? చూచుటకే పదివేల కన్నులు గావలయును గాదే? చూడఁ జూడ ముద్దులు మూటగట్టుచున్న చిన్ని మొగమును, ముద్దుబెట్టుకోలఁది నమృతమూరుచున్న పాలబుగ్గలును దాఁకుకోలఁది నుత్సాహము గల్గించుచున్న మువ్వాంపుటవయవములును, దలఁపఁ దలఁప మనోరథ ప్రవాహములు పొంగిపొరలు లాగునఁజేయు మూర్తివైభవమును వర్ణనాతీతములు. ఆహా! వానిఁజూడ నోచిన కన్నులేకన్నులు. వానింగన్న కడుపేకడుపు. ఆ పురుటింటిని మెఱయించు నా కవచము విద్యుద్దీపమువలెనుండెను. త్రిలోకదీపకుని పట్టియెట్లుండును ? పుట్టినప్పుడే యారాచకీవి రాజరాజులనెల్ల గెలుచునని బాస

గావించు నట్లుండెను. ఆ రూపరేఖలు మహారాజ్యపదవి నందఁ గలఁడని చాటుచుండెను; మూలలు నిండిన యా మేనిడాలు దిగంతముల వఱకుఁ గీర్తి వ్యాపించునని సూచించు లాగున నుండెను.

కుంతి యాకులదీపకుని గన్నవార్త కుంతి భోజునినగరున కెఱుక పడఁగలదా? బంధువులెల్లఁ గానుకలుగొని వత్తురా? మంగళవాద్య ఘోషములు చెలంగునే? అట్లు కానేరదు. ఎట్టి కొడుకైనను వాని పీడక నిందకొడిగట్టునే? గుట్టు వెలుపఱచి కీర్తి గౌరవములు పోఁగొట్టుకొనదు.

కుంతి యా కొడుకును ఱెప్పలల్లార్పక చూచుచుఁ దల యూఁచి, మేను బులకింపమఱచి చెక్కిలి ముద్దు పెట్టికొనెను. అక్కునఁ జేర్చికొనెను. ఇంతలో దాదికూఁతురు రాఁగ లోకాపవాదభయము బల్లెమువలె హృదయమునందు గ్రుచ్చికొని యావలి వైపునకు దూసికొనిరాఁగ నాపొత్తులపాపను దయ మాలి దాదిచేతుల దబ్బున దిగవిడిచి, "దాదీ! కావవే వీని నెందైనఁ గొనిపొమ్ము. ఆలసింపకుము. వేఱెద్దియు నాలోచింపకుము?" అని తొందర పెట్టసాగెను. దేహమంటియున్న కసలైనఁ దుడువ నవకాశము లేదు. ఆ యిరువు రాలోచించి యా బిడ్డ నెచ్చటనేని విడువఁదలఁచి యూరి వెలుపలికి వచ్చిరి. అప్పుడశ్వనది నొక మందసము గొట్టుకొని వచ్చుచుండుట

35

గాంచిరి. దాన నాశిశువును బెట్టినదిలో విడిచిన నేరికేనిఁ జిక్కి యుసురుదక్కియుండునని యెంచి విడిచిరి, అది చూడ నేదియో ప్రవాహమునఁ గొట్టుకొని పోవుచున్నట్లు గోచరించెను గాని యందున్న యనర్ఘ వస్తు వెవ్వరికిని దెలియకుండెను. ఆ పేటిక కంటికి దూరముగాఁ జనునంతవఱకుఁ గుంతికి మనస్సునకుదుటఁ బడినది గాదు, అది మఱుఁగు వడఁగానే యపవాద భయము హృదయాంతరాళమున డాఁగియున్నను ప్రేమరసఝరి తటాలునఁ బైకుబికి కన్నుఁగనలఁ బ్రవహింప సాగెను, మందసము గొట్టుకొనిపోయిన వైపుననే చూచుచు;

"పట్టీ ! కన్నకొడుకుల నిట్లు నట్టేటఁ ద్రోయుపాపులును లోకమునఁగలరా ! నిన్నుఁగన్నారఁ జూడనోచితింగాని యెత్తి వెంచి పెద్దఁజేసి నీముద్దులఁ జూచుభాగ్యమునకు నోచనైతిని గదా ! మహారాజు కూఁతుకడుపునఁబుట్టియు సకలలోక ప్రదీపకుఁడగు సూర్యదేవుఁడే నీకుఁదండ్రియయ్యుఁదుదకు దిక్కులేనివాని పగిదినైతివిగా !

బిడ్డా ! నీచక్కఁదనమున కెన్నిరతులు గట్టినను జాలదు గదా ! క్రావురని యాఁకొని యేడ్చితివేని నీకుగ్గుపాలెవరు పోయుదురు ? సూర్యదేవు ననుగ్రహముగల్గియు నీనిర్భాగ్యరాలి కడుపునఁబుట్టిన పాపముచేఁగదా నీప్రాపును జూపును నీటిపాలయ్యెను ! మందసమే నీకు బంగరుతొట్లయయ్యెను.

నా చెలికత్తెలకు బదులుగా నలలబంతులు నినుగాచుచున్నవి. తామరలయందలి రాయంచధ్వనులు నీకు జోలపాటలగుచున్నవి.

నాచిన్నియన్నా ! నాచిన్నారిపట్టీ ! నాముద్దులగని ! హాయిగా నామందసమున నిదురించుచుంటివా ! నీవునా నాఁటికిఁ బెరిఁగి ముద్దులుమూటగట్టులాగున నుండునప్పుడు పున్నమ చందురునివలెఁ గళకళలాడు నీమోమున చిన్ననవ్వు మొలచునపుడును, నిడుదలగు నీకన్నుఁ దామరలు దెఱచి చూచునపుడును వేడుకగాఁ జూచుచు నీచిన్న నోరినుండి చొంగలతో వచ్చునవ్యక్త మధురముగా వెడలుచున్న తొక్కుపలుకుల సొంపు నాఁకొని కాలు సేతులు విదుర్చుచు నీల్గుచు నావురని యేడ్చుచుండ నప్పటి యందమును, మొలగజ్జెలు చీరాడుచుండ నల్లనల్లనఁబడుచుఁ లేచుచుఁ దప్పటడుగు లిడుచునడచునట్టి సౌందర్యము నీ యీడుబాలురఁగూడి యాడుచుండ దుమ్ముఁ బ్రుంగియుండు నీచెలువము నిది యది యనక యేదియో యిమ్మనిరవ్వపెట్టి కన్నీరులేకయేడ్చు నీజాలి యేడ్పులును నీకలికి దుడుకుతనమును గాంచు భాగ్యము నా కొనఁగూడదయ్యెను. అందుకు నోచుకొనకపోయినను నింకఁ గొంతసేపేని నినుజూడ నోచుకొననైతినిగదా ! నినుఁగాఁగిలించి కొనియైనఁ దృప్తిపడక

పోయితినిగదా ! హా ! దైవమా ! నోచినదెల్ల నినువరదలోఁ ద్రోయుటకా ! పోనీ !' నావంటి నిర్భాగ్యురాలికిఁగాక యే పుణ్యవంతురాలికి దొరకనున్నావో అట్టిపుణ్యమునకే భాగ్యవతి నోచినదో యచటికేపొమ్ము. ఆమహాలక్ష్మి యేనిన్ను మక్కువతోడ నక్కునఁజేర్చి ముద్దులాడియాడి చొక్కనిమ్ము, నేనిటఁ బురపురఁ బొక్కుచుండెదను, కొన్నాళ్లకుఁ బెద్దపెరిఁగి యౌవనముతోడ నాకారవైఖరియు, బాహుబలముతోడఁ బరాక్రమ వైఖరియుఁగూడి కానఁగా నపుడు మహారణ్యమునందున్న సింహమువలె సుందరముగాను భయంకరముగాను గనఁబడు చుందువు. అపుడు యువతులకుఁ గన్నులపండువుగను శత్రువులకు భయంకరుఁడుగ నుందువు. ఏదియుఁ జూడలేనిదానను నేనొక్కతనగుదును, సూర్యుఁడు నీవెచ్చటనున్నను జూచుచుండఁగలఁడు. అతఁడు నీజనకుఁడగుట మహాధన్యుఁడ యగుచున్నాఁడు, అన్నిటను భాగ్యహీనను నేనయగుచున్నాను.

అశ్లేల తలఁపవలెను. సూర్యుఁడఱచేతఁగప్పికొని నంతన మఱుఁగుపడునే ? నీవును మఱుఁగుననుండిన నాకుఁ దెలియకుందువే? నీదేహకాంతియు, సహజ కవచకుండలములును నిను బ్రకటింపకయుండునా ? ఇప్పుడుగాకున్న నింకొకప్పుడైన నినుజూడకపోవను. అదియేచాలును. లోకములకెల్లఁ గుర్తియు

వాన నిరువేదకుమాత్రము లేకపోవునా? తండ్రీ! నీవు నదిలోఁ బడిపోవుచున్నావు. ఏ మొసళ్లకును సుళ్లకును జిక్కక, క్రూరజంతువుల నోళ్లకుఁ బాలుగాక సేమముగాఁ బొమ్ము. నీకు భూమ్యాకాశముల యందును, జలాగ్నుల యందును, మహా సముద్రముల యందును, భయంకరారణ్య ముల యందును శుభంబగుఁగాక. దేవతలు, సిద్ధులు, సాధ్యులు మున్నగు వారందఱును సదాకరుణతోడ విడువక రక్షించు చుందురుగాక."

అని యాశీర్వదించి, తిరిగి తిరిగిచూచుచు మనస్సును జాల సేపటికి మరల్చుకొనెను. ఇంతలోఁ దూర్పు దెల్లవాఱు చుండుటఁబట్టి దాదికూఁతు; "రక్కా! ఇఁక మనమిక్కడ నుండిన సందేహాస్పదల మగుదుము. ర"మ్మని పిలుచుకొని గూఢప్ర కారముగాఁ గన్యాంతఃపురముచేరి యెప్పటివలెఁ బ్రవర్తించు చుండెను. కుంతిమాత్రము చారులఁబంపి మందసపు పోకడ వరయుచుండెను. ఆపెట్టె నదీవేగమునఁ గొట్టుకొని పోవుచు వశ్వనదినుండి చర్మణ్వతికిని నందుండియమునకు నందుండి గంగకును బోయిచేరెను. ఆ ప్రవాహమున గొట్టుకొనుచుఁ బంపానగర సమీపమునఁ బోవుచుండెను. ఆసమయమున సత్రి రథుఁడనువాఁడు దనపడఁతులతో గంగలో జలక్రీడ సలుపు చుండెను. అలలవెంబడి వచ్చుచుండు నామందస మాతనికిఁ

చక్కఁగాఁ గన్పట్టెను. అతిరథుఁడా మందసముచూచి యాశ్చర్యపడి పరిజనులఁబంపి దానిం దెప్పించెను. అంతనతఁడు దాని రహస్యముగఁ దెఱచిచూచెను. అందుగన్నులు మిఱుమిట్లు గొల్పుచున్న చిన్నబాలుఁడు దలతలమని మెఱయుచున్న బంగరు కవచములును గుండలములునుగల్గి ప్రకాశించుచుండెను. అతిరథుని యాశ్చర్యమునకు మితియేలేదు. మఱియితనికి లేక లేక చిక్కినప్పుడానందమునకుఁ బారముండునే? ఆపాప నట్లే చేతులారఁ గ్రుచ్చి యెత్తికొని తనప్రాణేశ్వరియగు రాధకుఁజూపి: "రాధా! ఇదిగో! బిడ్డలు లేకయున్న మనకు మనపాలిటి దైవమీ బుడుతని దయచేసెను. చూచితివా వీని రూపమును దేజమును! ఇట్టివాఁడు మానవులబిడ్డఁడగునే? వీఁడు దేవసంభవుఁడే యగును." అని యాబిడ చేతికిచ్చెను. ఆమె యాబాలుని ఱొమ్మునం గ్రుచ్చి యదిమికొనెను. వారంత నతి సంతోషముతో నాబాలునిఁ దమగృహమున కెత్తుకొని పోయి తమకులమునకుఁ దగులాగున జాతకర్మాదులఁ గావించిరి. సహజకుండలాలంకృతుఁడు గావునఁ గర్ణుఁడనియు, వసు కవచము దాల్చినవాఁడుగాన వసుషేణుఁడనియు నామమిడిరి. రాధాపుత్త్రుఁడగుట రాధేయుఁడనియు నాతనికిఁ బేరుగల్గెను. కుంతి యీ వృత్త్రాంతము చారుల మూలమున విని సంతాపము దీఱి సుఖముండెను

అతిరథునింటఁ గర్ణుఁడు నానాఁడుం బెరుఁగుచుండెను. కొంతకాలమునకు వానికెలప్రాయము వచ్చెను. కన్నులు మఱింత వెడదలై యవయవములు సంధులు చక్కఁగా విభక్తములై, కండబలుపుగల్గి గుండ్రమగు భుజములుగల్గి, విశాలమగు వక్షముగల్గి విరాజిలుచుండెను. తామరయందలి తుమ్మెద కొదమలవలెను జంద్రునియందలి నల్లని కందువలె నతని మొగమునందు నూనూఁగు మీసలుదయించెను. ఆతని యాకారము పరాక్రమస్ఫూర్తిని సూచించుచుండెను. కంఠస్వరము మత్తిల్లి నయాఁబోతు అంకెవలె గంభీరముగా నుండెను. నడకసింహ వృషభ గజముల నడలఁ దిరస్కరించుచుండెను. ఆమూర్తి పొంకమంతయు శృంగార వీరరసముల సంకరముగా నుండెను.

దేహధర్మములఁ జక్కఁగాఁ బాటించి యారోగ్యవిఘ్నుల జవదాఁటక దురభ్యాసములజోలికిఁ బోవక, శుభ్రమైన మితాహారముందినుచుఁ జక్కఁగ విద్యాభ్యాసముసేయు బాలురు మంచిబలము గలవారుగాను బుద్ధిమంతులుగాను సుందరాకారులుగాను నుందురు. చదువుసాములు లేక చెడునడతలకు లోనయి యారోగ్యము చెఱుపుకొనినవారు రోగముల పాలై మంచితెలివితేటలు లేక బలహీనులై బహుకష్టములఁ బడుచుందురుగదా !

కర్ణుఁడు]

కర్ణుఁడు గొంచెము పెద్దవాఁడు కాఁగనే తండ్రి వానికిఁ దగిన యుపాధ్యాయుల మూలమునఁ జదువు సాములు నేర్పించు చుండెనుగాని ముద్దుల బిడ్డఁడుగదాయని పాలుపండ్లు తిని పించుచు సోమరిగాఁ జేయలేదు. చదువు చెప్పించుటయ కాక చక్కని గుణములును బహుజాగ్రత్తతో వాడుక సేయించు చుండెను, చిన్ననాఁడు చదివినచదువే, చిన్ననాఁడలవడిన గుణములే పెద్దలైనవు డుపయోగించుచున్నవి. కర్ణుఁడు బాల్యము నుండి యబద్ధమాడఁడు, అధర్మముసేయఁడు, అడిగినదిలే దనఁడు, పట్టినపట్టువీడఁడు, ఈఘనలక్షణములే పెద్దపెరిఁగినప్పుడు వానియందు దాతృత్వము, శూరత్వము, దృఢవ్రతత్వము మున్నగు గొప్పగుణములై మిక్కిలిప్రసిద్ధి కలిగించెను, అయినను వానియందొక దుర్గుణముమాత్ర ముండెను. అది యసూయ, ఆ సద్గుణములవలె నదియు నాతనియం దభివృద్ధ మగుచుండెను. చందనవృక్షముతోఁ గూడముండ్ల చెట్టును బెరుఁగుచుండునుగదా ! ఆదుర్గుణ మొక్కటియే తక్కినసుగుణములవల్ల నాతని కెంత గొప్పతనము గల్గుచుండెనో యంతటి తక్కువ పాటును గల్గించుచు వచ్చెను. అదియే వాని దుష్టులతోఁ గూడునట్లుచేసి, ఈవాని మహాగుణములకు, ధర్మములకు ఫలముగా జయము నాయుష్యము నీయక కడకపజయము నకాలమరణమును గలిగించెను.

అయిదవ యధ్యాయము.

విద్యాభ్యాసము.

హస్తినయని యొకగొప్ప పట్టణముగలదు. అందుఁ బూర్వము శంతనుఁడను రాజు భూమిని బాలించు చుండెను. అతనికి గంగాదేవియందు భీష్ముఁడు పుట్టెను. సత్యవతి యను భార్యయందుఁ జిత్రాంగదుఁడు, విచిత్రవీర్యుఁడు నని యిద్దఱు పుట్టిరి. భీష్ముఁడు పెండ్లి చేసికొనక బ్రహ్మచారిగానే యుండెను. చిత్రాంగదుఁడు పెండ్లి కాకమునుపే యుద్ధమున గంధర్వులచే వధింపఁబడెను. విచిత్రవీర్యునకుఁ బెండ్లియైనను సంతానము లేక పోయెను. కాఁబట్టి వ్యాసుల ప్రసాదమువలన నతని భార్యయైన యంబికయందు ధృతరాష్ట్రుఁడును, నంబాలికయందుఁ బాండువును, వారి దాదియందు విదురుఁడును బుట్టిరి. ధృతరాష్ట్రుం డంధుఁడు గాన రాజ్యమును బాండువే పరిపాలించు చుండెను. అతనికి భీష్ముఁడు సహాయుఁడుగాను విదురుఁడు మంత్రిగాను నుండిరి. ధృతరాష్ట్రుఁడు గాంధారరాజపుత్త్రియు శకుని చెల్లెలునగు గాంధారిని బెండ్లాడి దుర్యోధనుఁడు, దుశ్శాసనుఁడు మొదలైన కొడుకుల నూర్వురను గాంచెను. పాండువు స్వయంవరమందుఁ గుంతిని, మద్రరాజు కూఁతురగు మాద్రిని బెండ్లాడెను. అతఁడు కిందముఁడను మునిశాపమున సంతానము వడయలేక పోయెను గాన, నతని పంపునఁ గుంతి

దూర్వాసుఁ డిచ్చిన మంత్రమునుగొని, యముని, వాయుదేవుని, నింద్రుని నారాధించి వరుసగా యుధిష్ఠిర భీమార్జునులను పుత్త్రులను మూవురఁ గాంచెను. మాద్రియుఁ గుంతి యుపదేశముచేత నశ్వినీదేవతల నారాధించి నకుల సహదేవులను గాంచెను. దుర్వాసుఁ డిచ్చినమంత్రమే యీ యైదుగురు పుట్టుటకు మూలము. పాండురాజు భార్యలతోడను, బుత్త్రులతోడను శతశృంగమనుచోట వసించుచుండి యటనే మరణము నొందెను. మాద్రి సహగమనము సేయఁగాఁ గుంతి కొడుకుల నైదుగురను దోడుకొని హస్తినాపురమునకు వచ్చి ధృతరాష్ట్రుని యొద్ద నుండెను.

భీష్ముఁడు తన తండ్రియగు శంతనుఁడు తెచ్చి పెంచిన కృపాచార్యులనెడి బ్రాహ్మణుని యొద్ద నాకుమారు లందఱకు విలువిద్య నేర్పుచుండెను. ఆ కాలమున ద్రోణుఁడను నొక్కబ్రాహ్మణోత్తముఁ డుండెను, అతఁడు పరశురాముని శిష్యుఁడై విలు విద్యయందు మహాప్రవీణుఁడుగా నుండెను. కృపుని చెలియలను బెండ్లాడి ద్రోణుఁ డశ్వత్థామ యనెడి పుత్త్రునిఁ గాంచెను. భీష్ముఁడతని సకుటుంబముగా నిలిపికొని యతనిచేతను గుమారులకు విద్య చెప్పించుచుండెను, అపుడు భూతలమునఁ గల రాజపుత్త్రులందఱు నతనియొద్ద విద్యగఱచుచుండిరి.

అతిరథుఁడు తనకుమారుఁడగు కర్ణునికి యౌవనము రాఁగనే ద్రోణాచార్యులయొద్ద విలువిద్య నేర్చుకొనుటకు నియమించెను. ధృతరాష్ట్రుని పుత్త్రులు కౌరవులనఁ బడుదురు. పాండుని కుమారులకుఁ బాండవులనియుఁ బేరు. కర్ణుఁడు వీరితోడఁ గలసి కృపుని యొద్దను, ద్రోణునియొద్దను నాయుధ విద్య నభ్యసించుచుండెను. కర్ణునకుఁ జిన్ననాఁటినుండి కౌరవులలోఁ బెద్దవాఁడగు దుర్యోధనునితో స్నేహము గల్గియుండెను. ద్రోణుని యొద్ద రాజకుమారులందఱును కత్తి మొదలగు వానిని త్రిప్పుట, బాణములను బ్రయోగించుట, గుఱ్ఱములను, గజములను, రథములను నెక్కుట మొదలగు యుద్ధ విజ్ఞానముల నభ్యసించుచుండిరి. వారి యందెల్లఁ బాండవులలో ధర్మరాజు రథయుద్ధమునందును, భీముఁడు గదా యుద్ధమునందును, నకులుఁడు ఖడ్గయుద్ధమునందును మహాసమర్థులై యుండిరి. ఇంద్రుని యనుగ్రహము వలనఁ బుట్టిన కుంతికొడు కా యర్జునుఁడు మిక్కిలి కష్టముల కోర్చి యన్నింటియందును, ముఖ్యముగా విలువిద్యయందు నెల్లవారి నతిశయించుచుండెను, కర్ణుఁడుగూడ నర్జునుని యంతటి వాఁడయ్యును రాజకుమారుఁడు గానందున వాని సామర్థ్య మప్పుడు ప్రకాశముగా కుండెను.

ఆఱవ యధ్యాయము.

కర్ణుని యంగరాజ్య పట్టాభిషేకము.

అంత నొకనాఁడు కుమారులెల్ల నాయుధాది విద్యలందుఁ దేఱిన పిదప ద్రోణుఁడు రాజునకుఁ దెలిపి వారల ప్రవీణతను బరీక్షింపవేఁడెను. అప్పుడు రంగ మొకటి యేర్పఱచి యందు రాజయిన ధృతరాష్ట్రుఁడును భీష్ముఁడు మొదలైన పెద్దలును నంతఃపుర స్త్రీలును బట్టణమునందలి వారును బల్లెపట్టుల వారును నందఱును నది చూచుటకు వచ్చియుండిరి. విద్యా ప్రదర్శన మారంభమయ్యెను. ద్రోణుఁడు రంగము నడుమ నిలిచి యాయాకుమారుల కౌశలములను సభ్యులకుఁ దెల్పుచుండెను. అంతఁ దన ప్రియశిష్యుఁడగు నర్జునుని నేర్పు చూడుఁడని సభ వారి నెచ్చరించి, వానిని రంగమునందుఁ బ్రవేశపెట్టెను, అర్జునుఁడు దక్కిన రాజకుమారులు చూపని విధములెల్లను జూపి సభ్యులకు మిక్కిలి యాశ్చర్యము గలిగించుచుండెను. అందఱును జిత్రములవలె ఱెప్పలు గదల్పక చూచుచుండిరి. అర్జునుని వంటి విలుకాఁడు లేకుండెను. అన్నికష్టములు పడి విద్య నేర్చిన వాఁ డగ్రగణ్యుఁడు గాకుండునా? అర్జునునకే యంత యగ్రగణ్యత్వమా? పై చేయిగా మఱియెవ్వఁడును లేఁడా ? మనకర్ణుఁడేడీ ! పేరునకు సూతుని కొడుకే కాని సూర్యుని

46

ప్రభావమునఁ గదా జనించెను? కొట్టినఁ గదా చెకుముకి ఱాయి నిప్పులు గ్రక్కును ?

అంతలో రంగద్వారమున మేఘమ్ము గర్జించునట్లు మహా ధ్వని యొకటి వినఁబడెను. జనులెల్లఁ బిడుగుపడెనా, భూమి బ్రద్దలయ్యెనా యని నలుప్రక్కలఁ జూచిరి. అది మనకర్ణుఁడు బుజము లప్పళించిన చప్పుడు. అది వాని ధీరహుంకారము. వాఁడు సహజములయిన కవచకుండలములు మెఱయుచుండఁగా వాఁడి కత్తిని నడుమునఁ జెరవికొని పెద్దవిల్లుచేతఁ బట్టికొని రంగములోపలికి వచ్చెను. అప్పుడు వానికి మంచి యెల ప్రాయము. వానిని జూడఁగా బలముగల మదపుటేనుఁగువలెను బరాక్రమముగల సింగమువలెను గనఁబడుచుండెను. దేహము మిక్కిలి యొడ్డును బొడవునుగల్గి బంగారు చాయతో వెలుంగుచుండెను. గుండ్రముగానున్న రంగప్రదేశము చుట్టును జూచి యంతఁగాఁ బాటింపనట్లే ద్రోణునకును గృపునకును మ్రొక్కెను. సభ్యు లందఱును, వీఁడెవ్వఁడో యని కుతూహలముతో ఱెప్ప ప్రాల్పక చూచుచుండిరి. కర్ణుఁడు గర్జించి యర్జునునిఁ జూచి, 'నిలునిలు' మని యదల్చి ? "అర్జునా! నీ వొక్కఁడవే గట్టివాఁడ వని త్రుళ్లకుము. నీవు చూపిన విద్యలకంటె నెక్కుడుగా నాకును దెలియును. ఇందఱికన్నుల యెదుటనే చూపెదను. చూడు" మనెను, అప్పు డర్జునునికి సిగ్గును గోపమును బుట్టెను.

దుర్యోధనునకో యుబ్బు పట్టఁగూడక పోయెను. కర్ణుఁడు ద్రోణుని యనుజ్ఞ దీసికొని యర్జునుఁడు చూపిన విన్నాణము లెల్లను జూపెను. అర్జునునికంటె గట్టివాఁడెవఁడు గల్గునాయని దిక్కులు చూచుచుండిన దుర్యోధనుఁడును, వాని తమ్ములును, గర్ణుని గట్టిగాఁ గౌఁగిలించుకొనిరి. సకలరాజకుల ధ్వంసనము నకై పుట్టిన ధూమకేతువు గదా యీ దుర్యోధనుఁడు ? ఆ దుష్టునకుఁ దగిన బలమును సాహాయ్యమును గూడినఁ గదా కార్యము కొనసాగును? అగ్నికి బలవంతమైన గాలి తోడుపడినఁ గదా యది యడవినెల్లఁ గాల్చును ! కాలసర్పమునకు విషపు కోఱవలె వానికిఁ గర్ణుఁడాయెను. భూభారావతరణమను భగవంతుని కార్య తంత్రమునకా యిద్దఱమైత్రి యగ్గియుం గట్టియయునగు. దుర్నివారమైన సకల రాజక్షయ యజ్ఞము దొడఁగుట కిది గట్టి దీక్ష. అంత దుర్యోధనుఁడు గర్ణునితో, "వీరాగ్రణీ ! నీవు వచ్చినది మాభాగ్యము. మా గౌరవమును నిలిపితివి. మమ్మును మాకురురాజ్యమును నీ యిచ్చ వచ్చి నట్లను భవింపు" మనెను. మహారాజు పట్టపుకొడుకే తన్నట్టుచేఁ బట్టినాఁడు. ఇఁక నాయువరాజుతో పాటొకరాజు కావలసినదే కొదువ. అప్పుడేకదా వాఁడాడినదే యాటయై యుద్ధనాటకము సాగఁగలదు ! కర్ణుఁడు దుర్యోధనుఁడు దన్నట్టు మెచ్చినందులకుబ్బి యతనికి మఱింత మెప్పుగలిగించుటకై ;

"మహారాజ! ఈరాజ సమూహమును నీవును జూడఁగా నర్జును నితో ద్వంద్వయుద్ధము సేయక విడువను సుమీ!" యనెను. దుర్యోధనుఁడు; "వీరోత్తమా! నాతోడఁ గూడి సకలభోగములను భవింపుము. నాచుట్టాలకుఁ బ్రియముసేయుము. నాగిట్టని వారితలపైని గాలుపెట్టు" మనెను. ఆమాట యర్జునుఁడు దనకుఁ దగులునట్లు చెప్పినదిగాఁ దలఁచి; "కర్ణా! పిలువకయే వచ్చి లేనిపోని బింకములు వదరుచున్నావుగా! ఇదిగో నీతలను నేలఁగూల్చెదను. సద్గతికిఁ బొ"మ్మనెను. కర్ణుఁ "డర్జునా! ఈరంగ ప్రదేశము నీకు మాత్రము సొంతమా? విలువిద్దెనేర్చిన వారి కెల్ల సామాన్యమేకదా! ఊరక వదరకుము. వీరుఁడవయినఁ బాణములతోఁ బనచూపు" మని రంగస్థలము నడుమ యుద్ధమునకు సిద్ధముగా నిలిచెను. అర్జునుఁడు వానికి మాఱొడ్డి నిలిచెను. కర్ణుని పక్షమున దుర్యోధనుఁడు మొదలగువారుండిరి. స్త్రీలనడుమ నుండి చూచుచున్న కుంతి కవచకుండలములను బట్టి కర్ణుఁడు తన మొదటి కొడుకని తెలిసికొనెను. ఆ యిద్దఱు కొడుకులు యుద్ధము సేయఁ బూనుటకు మనసు కలఁగి మూర్ఛపోగా నచ్చటనుండువారు చల్లని చందన జలములు చల్లి యామెకుఁ దెలివి గలిగించిరి. ద్వంద్వ యుద్ధ మారంభ మగుచుండెను. ఆ యుద్ధపు మర్యాదలు కృపునికిఁ దెలియును గాన నతఁడు కర్ణునితో; "నర్జునుఁడు పాండురాజు పుత్త్రుఁడు.

వీనిది కురువంశము. ఇట్టి వీఁడు నీతో ద్వంద్వయుద్ధము సేయ నున్నాఁడు. నీతల్లి దండ్రు లెవరో కులమేదియో చెప్పుము. రాజ కుమారులు కులమును బుట్టుకయుఁ దెలియని వారితో యుద్ధము సేయరు సుమీ !" యనెను. కర్ణుఁడు తనకులము తక్కువ యగునది కాఁబట్టి చెప్పలేక తలవాంచెను. దుర్యోధనుఁ డది చూచి కృపునితో; "ఆచార్యా ! ఇది యేమి న్యాయము ? రాజకులమునఁ బుట్టినవాఁడే రాజని చెప్పఁబడునా? శూరత్వ ముగలవాఁడును సేనలు నడుపువాఁడును గూడ రాజని శాస్త్ర ములు చెప్పవా? ఇంతేల ? వీఁడు రాజుకాఁడని కదా యర్జు నునితో యుద్ధము సేయరాదంటిరి! మంచిది. ఈ యందఱ యెదుటనే, యీ క్షణముననే వీనినంగరాజ్యమునకు రాజుగాఁ బట్టాభిషేకము చేసెదను. అప్పుడేమనెదరో, చూత"మని బిగ్గఱగాఁ బలికెను. అంత వాఁడు ధృతరాష్ట్రుని, భీష్మునిఁ బ్రార్థించి వారియనుజ్ఞనుగొని యభిషేకమునకు వలయున వెల్ల సిద్ధముచేసి, బ్రాహ్మణులకు గోవుల దానముచేసి, "కర్ణుఁ డంగరాజ్యమునకర్హుఁడగుఁగాక" యనిపలికించెను. పెద్దలయనుజ్ఞ గాని, యాశీర్వాదముగాని యేపాటివానినేనిం బూజ్యునిగాఁ జేయునుగదా ! పిదప మంత్రవేత్తలయిన బ్రాహ్మణులు గర్ణుని బంగరుపీఠమునఁ గూర్చుండఁబెట్టి బంగారుకుంభము లందలి పుణ్యజలములచేత నంగరాజ్యమునకుఁ బట్టాభిషిక్తుం

జేసిరి. కర్ణుఁడు కిరీటము కేయూరములు హారములు ఛత్ర చామరములు మున్నగు రాజచిహ్నములు గల్గి రాజలక్ష్మితోఁ బ్రకాశించు చుండెను.

ఇపు డా సూతుని బిడ్డఁడు దొడ్డ రాజయ్యెను గదా! కులము తక్కువదైనను, ధనము లేకపోయినను, మంచి విద్యయు, గొప్ప శక్తియుఁ గలవాఁడు తప్పక యున్నతస్థితికి వచ్చుననుటకు మన కర్ణుఁడే దృష్టాంతము. కర్ణ దుర్యోధనుల కదిమొదలు స్నేహము మిక్కిలి దృఢమాయెను.

ద్రోణ శిక్ష, గొప్పవానితోఁ జెలిమి, కృపుని హేళనము నివి కర్ణుని రాజ్యాధిపత్యమునకు హేతువు లయ్యెను. ఇఁక జగ న్నాటక సూత్రధారుఁడు భారత కథారంభ ప్రదర్శనమున కారంభింపవలసినదే కదా? కర్ణుఁడు మిక్కిలి యుబ్బి దుర్యో ధనునితోఁ; "సర్వ రాజుల సమక్షమున నన్ను రాజుంజేసి మహిమాన్వితునిఁ గావించితివి. నీదే కదా శక్తి! ఇందులకుఁ బ్రతిగా నీ కేమి చేయవలయునో చెప్పు"మని యడిగెను. దానికి వాఁ "డేమియు వలదు. నీ చెలిమియున్నఁ జాలును. నా యిష్టమంతియ" యనెను. కర్ణుఁడు రాజు గా నభిషిక్తుఁ డయ్యెనను వార్త యంతటను దోడనే వ్యాపింపఁగా, ధృత రాష్ట్రుని రథమున నున్న యతిరథుఁడు విని, యానంద పరవశుఁ డై మనసు పట్టలేక కర్ణునొద్దకుఁ బిరబిరఁ బరుగిడివచ్చెను.

అంగ రాజ్యాధిపతియైనను దండ్రికి బిడ్డఁడే కదా ! అయిన నట్టి మహోన్నతియందును బరియాచకము చేసిన కృపుని కన్నుల యెదుటను, బెక్కురు రాజ్యాధిపతులు మూఁగియున్నచోటఁ దా నతిరథునికొడుకని ప్రకట మగుట కెట్టివానికేని మానస మొప్పునా ? అట్లని కర్ణుఁడు మొగము ద్రిప్పికొనెనే ? మాఱు పలుకకుండెనే ? ఆగుణనిధి యట్లు సేయునట్టివాఁడుగాఁడు. గంగనుండి యెత్తి పెంచి పెద్దఁజేసి నంతవఱకే తండ్రియా ? అంగరాజ్యము వచ్చినవెనుక నాతఁడు సూతుఁడా ? ఎక్కడి మాట ? తండ్రియే దైవము. అంగదేశ మొక్కటికాదు. త్రైలోక్య రాజ్యమైనను, దండ్రికి సమానము గాదు. రాజ్యమునకంటెఁ బితృభక్తియే పూజ్యము. కాఁబట్టి కర్ణుఁడు తోడనే లేచివచ్చి తండ్రికి మ్రొక్కెను. అతిరథుఁడు ; "నాయనా !" యని కొడుకును గౌఁగిలించుకొని, యానందబాష్పముల వాని శిరమునుదడిపెను. అంతటి రాజ్యపదవివచ్చినను నెత్తి పెంచిన తండ్రిని మఱువని కర్ణునిగుణమేకదా గుణము ?

భీముండదిచూచి, కర్ణుఁడు సూతకులమునఁ బుట్టినవాఁడని తెలిసి నవ్వుచుఁ ; "కర్ణా ! నీకులమునకుఁ దగునట్లు మునికోలఁ గొని రథము తోలుదువేకాని రాజపుత్త్రుఁడయిన యర్జునునితో యుద్ధము సేయుదువే ? సారథికా రాజు తోడి పోరు ? అట్లు రాజుతోడిపోరుటకే కాక, రాజోత్తముఁ డనుభవింపఁ

దగిన రాజ్యమునకుఁ గూడవత్తువా ? మంత్రపూతమైన పురో డాశము యజమానునకుఁ గాక కుక్కకిడఁదగునే ?" యనెను. అదివిని కర్ణుఁడు వెలవెలఁబోయి, యేమిచెప్పుటకుఁ దోఁపక నిట్టూర్పు మొగంబువాఁడయి యాకాశముననున్న సూర్యునిఁ జూచుచు నూరకుండెను. అట్లు కర్ణుఁడు సిగ్గునఁ బరితప్తుఁడగు చుంటఁజూచి,తమ్ములనుండి తటాలున దుర్యోధనుండు మదపు టేనుఁగువలె వెలువడివచ్చి మిక్కిలికోపమున భీమునితో; "భీమా! కర్ణుని నీవిట్లు నోనాడఁ బలుకుదువే? నీచకులుఁడని తలఁప వచ్చునా ? లేడికడుపునఁ బులిపుట్టునా ? వీని దివ్యతేజము చూడఁగా నీబుద్ధి కధమకులమునఁ బుట్టినవాఁడని తోఁచు చున్నదే ? దేవతలయు, నదులయు, పుట్టుకలువిచారింపఁదగవు. ఇంద్రుని వజ్రము దధీచి యెముకనుండి పుట్టినది. దేవతలమాట మనకేల యందువా? మనయాచార్యుఁడగు కృపునిపుట్టుక ఱెల్లు దుబ్బునుండియేకదా? ద్రోణుఁడు పుట్టినది ఘటమువలనఁగదా? ఈ దివ్యలక్షణములును సహజములైన కవచ కుండలములును జూడ నితఁడు సామాన్యపురుషుఁడు గాఁడని తెలియుచున్నది. వీని బాహుబలమున కీతఁ డంగరాజ్యమునకేకాదు. సకల భూమండల రాజ్యమునకు నర్హుఁ" డనెను. ఇంతలో సూర్యుఁ డస్తమింపఁగా దుర్యోధనుఁడు గర్ణునిఁ దోడ్కొని నిజగృహ

మునకుఁ బోయెను. పాండవులును మఱియుఁ దక్కినవారును దమ తమ నివాసములకుఁ బోయిరి.

దుర్యోధనుఁడు భీమునకు బాల్యమునుండి విషాదులు పెట్టి బాధించుచు వచ్చెను. అర్జునుని విలువిద్దె నేర్పునకు భయపడి, యడఁగి మడఁగి యేమిచేయుటకుఁ దోఁపక దుఃఖించుచు, రాత్రులఁ జింతచే నిద్రింపకుండెను. ఇపుడంతటి విలుకాఁడు గర్ణుఁడు సహాయముగాఁగ అోమ్మనఁ జేయివెట్టికొని హాయిగ నిదురించుచుండెను. ఇంకవాని పూర్వపు దౌష్ట్యము మరలవెలువడి త్రుళ్లఁ జేయుచుండెను.

కర్ణునకుఁ బాండవుల కీర్తినిఁబట్టి మచ్చరమొక్కటి మాత్రముండెను. దుర్యోధనునకో వారికీర్తి, కులము, గుణము, శక్తి పీనినిఁబట్టి బ్రదికియుండువఱకుఁ దీఱని శత్రుత్వముగల్గియుండెను. దుష్టుని వైరమునకుఁ గారణములుండునే? కనుక దుర్మంత్రములు, మారణ తంత్రములు క్షణక్షణమునకు వృద్ధినందుచుఁ దీవ్రమైన వైరాగ్నిరగులుచుండెను. దానికి సమిధలు శకుని దుర్బోధలు. గాలి దుశ్శాసనుఁడు. ఆజ్యము కర్ణుఁడు. ధర్మాత్ముఁడగు కర్ణుఁడు మచ్చరమున్నను నిట్టిఘోరకృత్యములకుఁ దోడుపడఁదగునా యనిన, నూరునుబేరును దెలియని తన్ను రాజుగావించి తనయంతటివానినిఁగా జేసిన తనదొరయిష్టమెంత దుష్టముగా నున్నను, గష్టముగానెంచక తీర్పకుండుట

తగునాయని తలఁపవలసియున్నది. తన దుష్కృత్య ములకుఁ దోడుపడుటకేకదా మొదలరాజ్యమిచ్చినది! దానినిఁ బుచ్చుకొనినపిదప దుష్కార్యము లాచరింపవలను గాదనుట యెట్లు తగవు? ధర్మాత్ముఁ డయినందులకు దొరకు బుద్ధులుసెప్పి దారికిఁ ద్రిప్పినదోసమాయన్నఁ; గర్ణుఁడు బుద్ధిచెప్పినా యుద్ధమెక్కడిది? అదియంతయు దైవతంత్రముగాన నతనిని దూఱఁ బనిలేదు. దైవము చిత్రించికొన్న కార్యసూత్రమున కనుకూలముగా విషమ మృతమగును. అమృతము విషమగును. శకుని బుద్ధిబలమునకును దానికి నూతింతలు ముఖ్యమగుకర్ణుని బాహుబలమునకును నుబ్బి దుర్యోధనుఁడు విచ్చలవిడిగాఁ బ్రవర్తించుచుఁ బాండవుల నిలువెడలఁగొట్టియు, లక్కయింట నగ్గిపెట్టి తుద ముట్టింపఁ జూచుచుండెను. కాని తనకుమృత్యువులై యున్న వారేల తనపన్నుగడకుఁ జత్తురు? దుర్యోధనుని నోటినుండి పలుకు వెడలకమునుపే కర్ణుఁడు తనయొఱనుండి కత్తి దూయును. అతనికనుబొమలు తిరుగకమునుపే వానితల యూఁగును. అతఁడు చెప్పిన దెల్ల వేదము. చేయునదెల్లఁ దనకుధర్మము. కర్ణుఁడా దుర్యోధనుని యాజ్ఞను జెవులతో వినుచు, మనసుతోఁ జింతించుచు శరీరముతో నాచరించుచుండెను.

ఏవడ యధ్యాయము.

అస్త్రసంపాదనా శాపములు.

మఱి యప్పుడు ద్రోణుఁడు గురుదక్షిణగా ద్రుపద రాజును గట్టి తెమ్మని శిష్యులకెల్ల నెఱిఁగింప నందఱిలో నర్జునుఁడే యాపని సాధించెను. ద్రోణుఁ డందులకు మెచ్చి యర్జునుని కంటె నధికుఁడగు విలుకాఁడు లేనట్లు చేయవలయునని తలఁచి బ్రహ్మాస్త్రము మున్నగువాని నొసఁగెను, దీనినిఁబట్టి కర్ణునకంటె నర్జునుఁడు గొంత యధికుఁడగుటచే దుర్యోధనుని గుండెలోని దిగులుదీఱకుండెను. ఇష్టము నెట్లేనిఁ గొనసాగించుకొనుట తన జన్మవ్రతముగాఁ గల కర్ణున కది తెలియును గాన నతఁడొక నాఁడు ద్రోణునొద్దకు రహస్యముగాఁబోయి ;

"మహాత్మా ! నీవుశిష్యులందఱి యెడలను సముఁడవు. ఒకకంట సున్నమును మఱియొకకంట వెన్నయును నీకు లేదు. నేను మీశిష్యుఁడను. అర్జునుఁడును మీశిష్యుడే. అట్లుండ నాతనికి బ్రహ్మాస్త్రముండనాకు లేకుండుట తమ యాదరంబునకుఁ గొదువయేకదా ? నాకును బ్రహ్మాస్త్రము సాంగోపాంగముగ నుపదేశింపవలయును. నేనర్జునకు సమానుఁడుగాఁ గోరి వచ్చితిని. ఇదిమీకొప్పకుండుట తగునా ?"

అనిప్రార్థించెను. ద్రోణుఁడు విలువిద్దెయం దర్జునునకంటె నధికుఁడు లేకుండవలెనని సంకల్పించుకున్నవాఁడుగాన నిజము

దెల్పినయెడలఁ గర్ణుఁడు నొచ్చుకొనునని తలఁచి తంత్రజ్ఞుఁడు గాన యుక్తియుక్తంబగు మఱియొకకారణంబెత్తి; "కర్ణా! వ్రతముగల్గియుండు బ్రాహ్మణోత్తముఁడో పుణ్యాత్ముఁడగు క్షత్రియుఁడో బ్రహ్మాస్త్రమునందుటకుఁ దగునుగాని యన్యుఁడవగు నీకిచ్చుటతగదు. ఏమిచేయుదు" ననెను. కర్ణునకు మనోరథము భగ్నమాయెను, ఇంకఁ జేయవలసినదేమి? దుర్యోధనుఁడు దన్ను రాజుగాఁజేసినందుల కర్జుననిఁదాను జయించియ తీఱవలయును. వానిజయింపవలెనన్న బ్రహ్మాస్త్రమావశ్యకము. అస్త్రముగావలయునేని బ్రాహ్మణత్వ ముండవలెను. అస్త్రసిద్ధిలేకుండిన నర్జునుని గెలువరాదు. పగవానిగెలువక యేలిక యప్పుతీర్పక ప్రాణముతో నుండవచ్చునా? మానములేని బ్రదుకేల? వేసముననో మోసముననో వానిగెలిచియ తీఱవలయును. సూతునికొడుకగునన్ను భూపతిఁ గావించినట్టి వానికై యేపోకలు పోయిననేమి? యని నిశ్చయించి, "ఈ బాపఁ డాపార్థునియందలి పక్షపాతమున నేమోమిషపెట్టి నన్ను మొఱగముదుడిచి పంపినాఁడు, ఇతఁడుగాకున్న నీతనిమగఁడు మఱియొకఁడు లేఁడా చూతము"

అనితలఁచి మఱునాఁడు మహేంద్ర పర్వతమునకుఁబోయి పరశురాముని దర్శించి, వినయంబున మ్రొక్కెను. రాముఁడు; 'నీవెవ్వఁడవ?' వని యడుగఁగా గర్ణుఁడు; "మహాత్మా? నే

బ్రాహ్మణుఁడను, నాది భృగువంశము. అస్త్రవిద్యఁగోరి మిమ్మా శ్రయింపవచ్చితి" ననెను. దానికతఁడు ప్రీతుండై కర్ణునిఁ బరిగ్రహించి యస్త్రవిద్యయందుఁ బరిశ్రమము సేయింపు చుండెను, అతని యాశ్రమమునుండి కర్ణుఁడొకనాఁడు ప్రయోగ లాఘవమును సాధనచేయుచుండెను, అప్పుడొకబ్రాహ్మణుని హోమధేనువుయొక్క దూఁడ యడ్డముగాఁ బరుగిడుచుండ నొక్క బాణము దవిలి నేలంగూలెను. దానికాబ్రాహ్మణుఁడు పరుగిడివచ్చి; 'యిదియేమి ?' యని బిగ్గఱగానడుగఁగాఁ గర్ణుఁడు; "మహాత్మా ! తెలియక చేసినతప్పును గావుఁడు. వలసినన్నిగోవుల, దూఁడలతోడ మీకొసంగెద" నని యెంతో బ్రతిమాలుకొనుచున్నను నాతఁడువినఁడయ్యెను. దైవయోగము విననిచ్చునా ?

అంతనా బ్రాహ్మణుఁడు కోపమతిశయింప; "ఓరీ ! నీవు మేటివాఁడైన పగవానితోఁ బోరునపుడు నీతేరు భూమియందు నాఁటఁ గవలెఁ గ్రుంగునుగాక." యని శాపమిచ్చి వెడలెను. కర్ణుఁడు; "కట్టా ! నారథముకాదు. నామనోరథమే క్రుంగిన" దని చింతించి మేటిధీరుఁడుగాన లోపల నడఁచికొని, పరశు రామునకు మిక్కిలిభక్తితోఁ బరిచర్యలు చేయుచుండెను. అమ్మునిని దానికిమెచ్చి కర్ణునకు బ్రహ్మాస్త్రమునున్నగు వెక్కు మహాస్త్రమంత్రము లుపదేశించెను. అంత నొకనాఁడాతఁడు

కర్ణుని తొడపైఁ దలయిడుకొని నిదురించుచుండెను. అప్పుడొక కీటకము కర్ణుని క్రీఁదొడం గఱచి వేగము తొలుచుచుండెను. అదితొలుచునపుడు నొప్పి మిక్కుటమై నెత్తురు గాలువలుగా వెడలుచున్నను గురుని నిద్ర చెఱుపనోపక సహించి కదలక మెదలకయే యుండెను, అంతర క్తము ప్రవాహమై పరశు రాముని దేహమున వేఁడిగాఁ దగిలెను. అతఁడు మేలుకొని; "కర్ణా! ఎక్కడిదీనెత్తు"రని యడుగఁగా నాధీరుఁడు దనతొడ యెత్తి యాపుర్వునుజూపి; "ఇదినాతొడఁ దొలుచుచున్నను మీకు నిదురచెడునని కదలకుంటిని. మఱేమియుఁగా" దనెను. ఇంతలో నాపురువు పరశురామునిఁ జూడఁగనే మృతినొంది రాక్షసుఁడై యాకాశంబుననిలిచి, యందుండి యామునితోఁ; "కరుణానిధీ! నాకుఁగలిగియుండిన దారుణశాపము మీవలనఁ దీఱినది. నాయెప్పటిరూపు నొందితిని, నేనుగ్రస్తుండనెడు నొకరాక్షసుఁడను. భృగుమహర్షి పత్ని నపహరించితిని. దాని కతఁడు గనలినన్ను గీటకముగమ్మని శపించెను. మీకటాక్ష మృతము సోకఁగనే సుఖమునొందితి" నని చెప్పి యతనిసెలవు గైకొనిపోయెను. అంతఁ బరశురాముఁడు కర్ణునిధైర్యాతిశయము మదిలో నిరూపించి, "ఓరీ! ఇంతటియోరుపు బ్రాహ్మణ జాతి కెక్కడిది? ఎవ్వఁడవు నీవు? నిజముచెప్పు" మని యడుగఁగాఁ గర్ణుఁడు వడఁకుచు; "నేను సూతపుత్త్రుఁడ"

నసెను. అందులకాముని మిక్కిలియాగ్రహించి; "ఓరీ ! కపటమున బ్రాహ్మణుండ ననివచ్చి నన్నే మఱించితివి. నీవు నేర్చిన యస్త్రవిద్య విఫలమగుఁగాక. నీకపటమునకదితగిన ఫలము. దాని నీవనుభవింపు" మని శాపమిచ్చెను. కర్ణుని దుఃఖమేమనవచ్చును ? బ్రహ్మాస్త్రమును గఱవఁబోయి కఱచినవానినెల్ల దారవ్రాసి కొన్నట్లయ్యెను. అతఁడు మిగుల దుఃఖించుచు మరలెను. స్వామిభక్తిపరాయణునకు, స్వార్థత్యాగశీలునకిట్లు రాఁదగునేయనిన ? సర్వేశ్వరుని భూభారావతరణ ప్రయోజనమున కతనికార్య పథమం దిది యెంతయు నావశ్యకము. అతనికి దుష్టశిక్షణమును, దన్నూలమున శిష్టరక్షణముగదా యవతార ప్రయోజనములు ! శిష్టులగు పాండవుల రక్షించి, దుష్టులగు దుర్యోధనాదుల నిర్మూలము గావించికదా భూభారము దీర్చుటకు సంకల్పము ! అందర్జునుని ముఖ్యసాధనముగాఁగొని కార్యమంతయుఁ జేయఁదలంచుటవలన వానిఁ, దక్కినయోధాగ్రేసరుల నెల్ల నుఱుమాడునట్లు మహాధనుర్ధరునిఁ గావించినాఁడు. అందులకై పార్థుని ద్రోణాచార్యునకుఁ బుత్త్రునికంటె నెక్కుడుగాఁ బ్రీతిపాత్రముగనుబ్రాణపదముగను, ముఖ్యశిష్యునిఁగను జేసి యతనివలన విలువిద్దెనెల్లఁ జెప్పించినాఁడు. అయిననువానినిఁ బ్రతిఘటించుట కాద్రోణశిష్యుని, దివ్యప్రభావసంపన్నునిఁ గర్ణు నేర్పఱచెను. కాఁబట్టియట్టివాని

నర్జునునకు జోడుగావించునా ? బ్రహ్మాస్త్రము దూరమగుటకై సూతకులమను నెపము పెట్టించినాఁడు. బ్రాహ్మణ శాపమునకు లోఁబఱచి మంచి సమయమున రథము గ్రుంగునట్లొనర్చెను. మఱియు నస్త్రములెల్ల వమ్మగుటకుఁ బరశురాము నొద్దకుఁ బంపినాఁడు. ఆదూఁడబాణములకడ్డయి కూలుటయు, నాపూర్వ క్రీఁదొడఁదోలుచుటయుఁ బ్రమాదజనితములా! కావు కావు. భగవత్సంకల్పాయత్తములు. ఇట్లు రెండువిధములఁగ్రిందుపఱచు టయెల్ల నర్జునుఁడు క్రిందఁబడకుండుటకే. పార్థునివిహారమడ్డ ములేకుండిననే భూభారము నిరాటంకముగాఁ దీఱఁగలదు. దైవ మేర్పఱచిన పొడవునకు మించి యెంతయెగిరిన నంతకంత పడు టయెకాని పనగలుగదు. దైవబలమునకుముందు మానుషబల మెంత, యనుటకు బ్రహ్మాస్త్రమునకుఁ బోయియున్న కర్ణుఁడే దృష్టాంతము.

కర్ణుఁ డట్లుపోయినపని విఫలమైనను మొగమున నేవికార మును జూపక దుర్యోధనుని యొద్దకువచ్చి, “ప్రభూ! పరశురాము నాశ్రయించి యస్త్రములందెల్ల నాఱితేఱితిని. ఈలోకము నందు నాతోయుద్ధము సేయఁగలమగఁటిమి గలవాఁడు లేఁడు చుమీ” యనెను. దుర్యోధనుఁ డానంద భరితుఁడయ్యెను.

ఎనిమిదవ యధ్యాయము.

కర్ణుని విక్రమములు.

కళింగదేశపు రాజగు చిత్రాంగదుఁడు తనపుత్త్రియగు శుభాంగికి స్వయంవరము చాటించెను, దానికి జరాసంధుఁడు, శిశుపాలుఁడు, రుక్మి, మొదలగురాజులు వానిరాజధాని యగు రాజపురమునకుఁ బోయిరి. దుర్యోధనుఁడు గర్ణునిఁ గూడి చతురంగబలములతో నచటికిఁబోయెను. అందఱకును జిత్రాంగదుఁడు దగినపూజలుగావించి విడుదుల నేర్పఱచెను. అంతస్వయంవరము జరుగునపుడు చేతఁబూదండగొని శుభాంగి రాజుల మధ్యమునవచ్చి, చెలులీరాజుల పేరులు వేఱువేఱ జెప్పుచుండఁగా మురిపెంపు నడల నల్లనల్లనఁ బోవుచుండెను. అప్పుడా పడఁతి దుర్యోధనుని వరింపక దాఁటిపోఁగా నాతఁడు కోపించి దానిని బోనీక యడ్డగించి పట్టి రథముపైఁబెట్టి కొనిపోవుచుండెను. అపుడు రాజులెల్లఁ గలంగి యొక్కటిగాఁ గూడుకొని యతనిని భయంకరముగాఁ దాఁకిరి. అతఁడు బాహుబలము మెఱయింపుచుఁ బోరెను. అప్పుడు కర్ణుఁడు వాఁడినారసము లేసి రాజులతలలు డొల్లవేయుచుఁ, దనలాఘవమును విజృంభింపఁ జేయుచు, గర్వంబు ప్రకాశింప శత్రువుల రథ గజ తురగ పదాతులఁ దునిమి తూటాడుచుండఁగా నావీరుని శౌర్యమునకు, బాహుబలమునకును నిలువఁజాలక హతశేషులైన రాజులు

పరుగిడిరి. దుర్యోధనుఁ డందులకు సంతోషించి, యాకన్యను గొని హస్తినాపురమునకుఁ బోయెను. జరాసంధుఁ డపజయమును మనస్సునందే పెట్టుకొనియుండి యొకప్పుడు కర్ణుని ద్వంద్వయుద్ధమునకుఁ బిలిచెను. కర్ణుఁడందుల కిష్టపడఁగా నిద్దఱును యుద్ధము సేయఁ దొడఁగిరి. అంత వారిరువురును దేరులు దిగి బాహుయుద్ధమునకుఁ జొచ్చిరి. కొంతసేపు పెనఁగిరి. అపుడు జరాజంధునిసంధులు వికలములుకాఁగా యుద్ధముచాలించి,కర్ణుని మిక్కిలిగారవించి, విభవసంపన్నమగు మాలినియను నగరము నియ్యఁగాఁ బుచ్చుకొని మిక్కిలి తేజముతోడఁ దనపురమునకు వచ్చెను. ఇట్లు పెక్కండ్రు శూరులగు రాజులను దఱిమి దుర్యోధనునకుఁ గన్యను గూర్చుటంబట్టియు, జరాసంధుని జయించుటం బట్టియు నతని ప్రసిద్ధి సకల దేశంబులందును వ్యాపించి పాండవులకును హృదయశల్యముగాఁ బీడించుచుండెను. పరశురామునియొద్ద నేర్చినవిలువిద్దె చేతను, పైనఁ బేర్కొనిన రెండు మహాపరాక్రమ కృత్యములచేతను, దుర్యోధనునకుఁ గర్ణునియందుఁ బ్రీతిగారవము లతిమాత్రలయ్యెను.

అట్టివీరుని సహాయపుసొంపునఁ గన్నుమిన్నుఁ దెలియక భీష్మద్రోణ విదురాదుల బుద్ధులనుగూడ నావంతయు సరకుసేయక పాండవులకు మిక్కిలికౄరములగు నపకారములు సేయు

చుండెను, ఎట్టికార్యము లకును గర్ణుఁడు చేదోడువాదోడుగ నుండెను, పాండవుల నూరు వెడలఁగొట్టి వారణావతమునకుఁ బంపి ముసలి తల్లితోడ వారిశరీరములు గాల్పింపఁజూచిన మహాద్రోహమునకీతఁడు 'సెబా'సని తలయూఁచినంతవాఁడు మఱియెంత కొప్పకుండు ? పాండవుల విషయమున నింక నెంత లెంతలో క్రూరకృత్యములు జరిపియుందురు గాని భూభార నివారణము గావింపఁగోరుచున్న దైవమునకది యసమ్మతమగు టచే నట్లుజరుగలేదు.

అంతనర్జునుఁడు ద్రుపదపుత్త్రియగు ద్రౌపదియొక్క స్వయం వరమునకుఁ బోయి యంత్రమత్స్యమును దెగనేసి యామెను జేకొనెను. మత్స్యయంత్రమును దెగవేయఁజాలని కర్ణుని కంటెను దెగవేసినయర్జునుని పరాక్రమ మెక్కుడని తెలిసిన దుర్యోధనుని గర్వము కొంతకుంటువడెను.

బలవంతులతోడి పగ కులనాశమని భీష్మాదు లొత్తిచెప్ప మరల వారినిఁ బిలిపించి యర్ధరాజ్యమిప్పించెను. దానవైరాగ్ని కొంత చల్లాఱినదయ్యెను. ఒక్కమాఱే వైరాగ్నిని బెద్దమంటగాఁ జేసి యుభయపక్షములవారి నిహపరదూరులంజేసి యకాల మృత్యువు వాఁతఁబడఁజేయుట నీతిగాదు, దానిని క్రమ ముగాఁ బెంచుచుఁ జల్లార్చుచు, వారిపూర్వకర్మాయత్తములగు సుఖదుఃఖముల ననుభవింపఁజేయుచు, వారికిఁగాలము పరిపక్వ

మగు సమయమున నాయగ్నిం బ్రజ్వరిలఁజేసి దానికాహుతి గావించుట దైవతంత్రము. ఇంతకుమున్నుఁ గర్ణమహారాజ ప్రేరితమై మండుచుండిన వైరాగ్ని యిపుడు కొంతచల్లాఱి యున్నది. అదియాఱుటకు మూలమర్జునుని యంత్రమత్స్యచ్ఛేదన మేయగును. ఈభేదము గర్ణునకుఖేదమునిచ్చెను. దుర్యోధనునకు మదభంజనమయ్యెను. కర్ణ దుర్యోధనులఁ గప్పియున్న చీఁకటియించుక తగ్గినది. మఱియు మునుపాచార్య దక్షిణ నొసఁగుటకుఁ గాఁబోయినప్పుడు వీరిసేనలఁ జెదరఁగొట్టిన జట్టి యగు ద్రుపదుఁడును, నతనికుమారుఁడగు దృష్టద్యుమ్నుఁడును బాండవులకుఁ బ్రాపగుటచేనెచ్చుటఁ దమపై కెత్తివత్తురో యని జంకుచుండిరి. వైరాగ్ని యించుక యాఱి యున్నప్పుడే పాండవులు తమ యిడుమలుమాని క్రొత్తపెండ్లికొడుకులై సుభద్రాదులఁగూడి, రాజాసూయాది యజ్ఞములఁజేసి సుఖముండఁగల్గిరి. కానిమరల నాయగ్ని జ్వలించుటకు ద్రౌపదియు రాజసూయమును గారణములు.

దుర్యోధనుని మానసమునఁ గుములుచున్న యాయగ్ని పెక్కుగూఢములగు నితరమార్గములకుఁ బురికొల్పెను.

తొమ్మిదవ యధ్యాయము.

కర్ణుని యౌదార్యము.

కర్ణుఁడు దుర్యోధన భూతగ్రస్తుఁడై మైమఱచిచేయు నాసుర కృత్యములట్లుండ, నాదుష్టునిసన్నిధానమున నుండినప్పుడు తన యెప్పటి ప్రకృతినుండును. దనగృహమున నతఁడు బయలు పుచ్చు సుగుణము లనన్యసామాన్యములై యమానుషములన వచ్చును. అతఁడు దాతృత్వమున కుపమానభూతుఁడు గనుక దానిని వర్ణింపనక్కఱలేదు. మఱియతని కారుణ్యము సత్యసంధత్వము, బ్రాహ్మణభక్తి, దైవభక్తి, స్వార్థత్యాగ పరాయణత్వము, పరోపకారము మున్నగునవి యాఁరయ మహాద్భుతములుగా నుండెను. అతడుఁ సూర్యోదయమున నుత్తరాభిముఖుఁడై యారాధనమునకుఁ దొడఁగి మరల నాసూర్యరశ్మి వీపునఁ దవులునంతవఱకుఁ జేయుచుండును, అతఁడు దానము చేయుకాలము మిట్టమధ్యాహ్నము. బ్రాహ్మణులేమి యడిగినను దుదకుఁ బ్రాణములం గోరినను దప్పక యిచ్చుటకు సంసిద్ధుఁడగుటయే యతని వ్రతము. అతఁడట్టి తీక్ష్ణవ్రతములచేతను, శస్త్రాస్త్ర పాండిత్యముచేతను, జరాసంధుని జయించుటచేతను, నభేద్యములయిన సహజకవచకుండలముల యుక్తిచేతను పాండవుల కేని మఱి యెట్టివారికేని జయింప సాధ్యమగువాఁడే యని దేవేంద్రుని యంతటి వానికే సందేహముదోఁచెను.

ఆయింద్రునకుఁ, దనపుత్త్రుఁడగు నర్జునునకుఁ గర్ణుని వలన నేమి
కీడు మూడునో యను చింత శల్యమువలె బాధించుచుండెను.
కర్ణున కన్నిగుణములకుమించి యతిమాత్రముగ నుండునది
స్వామిభక్తి. ఆగుణము దల యెత్తకుండినంతవఱకును దక్కిన
గుణములు రమణీయములై యుండును. స్వామిభక్తి యుద్రే
కించెనా తక్కినవితగ్గును. అట్టిభక్తికిఁ బాత్రమగు స్వామి
ధూర్తస్వామిగాక పుణ్యమార్గ గామియగునే నీతనితక్కినగుణ
ములును భక్తియుఁ బరస్పరము గాంతి నెంది యాతని గుణ
రత్నాకరుఁ డనిపించును. ఆధూర్త స్వామియందలి భక్తిధురం
ధరత్వము తన్ను ధూర్తునిఁగావించి యితరగుణ సంపత్తిని
బ్రకాశింపఁజేయక యీతని చాతుర్యమును బరాక్రమమును
మాయముసేయుచుండెను. యంత్రమత్స్యముచేతను, ఘోష
యాత్రచేతను నర్జునుని యతిశయముదెలిసి యుండినను గర్ణు
నిగౌరవము తగ్గకుండుటకుఁ గారణమేమనిన సహజకవచకుండ
లములే యాతనికాధిక్యము నిచ్చుచుండినవి. ఇంద్రుఁడైన
నతని కవచకుండలముల నపహరించి క్రిందు పఱుపవచ్చునుగాని
యతని తీక్ష్ణవ్రతమును ధనుర్విద్యయుఁ దొలఁగించుట కాతనికిని
వీలుగాదు. కావునఁ గుండలములవేఁడి పుచ్చుకొనుటయే చేయఁ
గలపనియనియాలోచించి, తగినవేళ తెలిసికొని యతనియొద్దకరుగ
నిశ్చయించుకొని యుండెను. అది సూర్యునకుఁదెలిసి తనగారాబు

కొడుకగు కర్ణుని యందలిస్నేహమువలన నింద్రుని తలంపువానికిఁ దెలుపవలయునని బ్రాహ్మణవేషము దాల్చి కర్ణుఁడున్నచోటికి వచ్చి యేకాంతమున నతనితో; "ఓకర్ణా! నీకుహితముగోరి యొక్క కార్యమును రహస్యముగాఁ జెప్పవచ్చితిని. నామాటలఁ బాటించివినుము ఇంద్రుఁడు పాండవపక్షపాతి. కనుక వారికి హితముగాఁ గవచకుండలము లపహరింప నున్నాఁడు. అది యెట్లుచేయనున్నాఁడో చెప్పెదను. వినుము. నీకుబ్రాహ్మణులు మిక్కిలిప్రియులు. మఱియు వారేది యడిగినను వంచన సేయక యిచ్చువాఁడవు. ఇది తెలిసి యతఁడు బ్రాహ్మణవేషమునవచ్చి కవచకుండలము లడుగనున్నాఁడు. నీవు వానిని మాత్ర మీయవలదు. రత్నములో, బంగారమో, సుందరులో మఱే యేపదార్థమో చూపి, యందులకు సమ్మతింపఁడేని మఱియే పోకలనేనిం బంచవలయును. ఈరెంటిని నీయరాదు. ఇచ్చితివా మృత్యువునకుఁ బాలగుదువు. ఏలనఁగా నీమహనీయ వస్తువులు రెండును నమృతమయములు. ఈరెండునుండెనా ముల్లోకములందు నేదండిమగనికిని నిన్నుం జంపఁదరముగాదు. మఱియు నివినీకెప్పుడును సౌఖ్యము గల్గించుచుండును. నీకు హితము సెప్పితిని. ఏమఱకుమీ!" యనెను. అందులకుఁ గర్ణుఁడతనితో, "స్వామీ! నీవు దేవుఁడవుగాని బ్రాహ్మణుఁడవుగావని తోఁచుచున్నది. నీవెవ్వఁడవో యానతి"మ్మని యడిగెను.

దానికతఁడు; "నేను సూర్యుఁడను. ఇఁకఁజెప్పెడిదేమి? నీయందలి ప్రేమమువలన హితము సెప్పుటకు వచ్చితిని." అనెను, కర్ణుఁడు సంభ్రమించిలేచి యభివందనముసేసి; "దేవా! నీవెట్టివారికిని దుర్లభుఁడవు. నాబోటివానియం దింత హితబుద్ధి నుంచితివి. నాభాగ్యమేభాగ్యము. నేను కృతార్థుఁడనయితిని. అయిననొక చిన్నవిన్నపం బవధరింప వేఁడుచున్నాను. బ్రాహ్మణులు వేఁడిరేని నాప్రాణములనైన నిత్తునని నాప్రతిజ్ఞ. నాయీప్రతిన రహస్య మగునది గాదు. జగమున కంతయుఁ దెలిసినది. దానిందప్పుటెట్లు? అదియట్లుండనిండు. ఇంద్రుఁడెక్కడ? నన్నడుగవచ్చుటెక్కడ? అట్టిముల్లోకముల దొర యే ప్రియపడి నన్నడుగవచ్చె నే,నట్టివానిచే నడిగించుకొను భాగ్యము నాకబ్బెనేని దానికంటె నీకవచకుండలము లొకలెక్క లోనివే? దానివలన నాకుఁబొగడ్తనిండి జగమెల్ల వెల్లి విరియును గదా? అట్టిశాశ్వత కీర్తిని దిగవిడిచి నశ్వరమగునీఃబొందికై జన్మవ్రతము దప్పుటతగునా? ఇంకొక్కటి చిత్తగింపవలయును. ఆయింద్రుఁడు నూఱు మహాయజ్ఞములు చేసిన పుణ్యాత్ముఁడు. వేయేల? మహాసురుల ధ్వంసముచేసిన పరాక్రమగణ్యుఁడు. అట్టివాఁడు పాండవులయందలి పక్షపాతమునఁ దనపరువును బ్రతిష్ఠయుఁ జూడక మాయవేసము వేసికొని యాచించునే నతనికీర్తి డిందువడదా? నాకీర్తి మూఁడులోకములునిండదే?

ఇదిగదా నాయఖండపుణ్యము ? మహాత్మా ! నేను గీర్తినెంత మాత్రమును విడువఁజాలను. కీర్తిని సంపాదించుటకై నాకుఁ జావువచ్చినను సమ్మతమే. జగమందింతకంటెఁ జావేమేలగు ననుమాట దేవరకుఁ దెలియనిదిగాదు. కీర్తియంత యెక్కుడాయని యందురేమో ? అగును. పరమునఁ బుణ్యగతినిచ్చునది కీర్తియే. ఇహమునఁ దల్లివలెఁ బ్రోచునది కీర్తియె. కీర్తియే యాయువుగాని యేఁడ్లుఁ బూండ్లునుగావు. కీర్తియే సంపత్తిగాని ధనముగాదు. కీర్తిలేని బ్రదుకొక బ్రదుకగునే ? కీర్తిలేనివాఁడు పీనుఁగుతో సాటియగును. ఆమాటలటుండనిండు. దుష్కీర్తిఁ గలవానిని విపత్తులెల్లం జుట్టుముట్టిగిట్టునట్లు చేయునని బ్రహ్మయే చెప్పియున్నాఁడుగదా ! బ్రాహ్మణు లడిగిరా నాకుఁగలిగినంతలోఁ గొఱఁత సేయక యిచ్చుటయు, బలవంతులయిన శత్రువులఁ జంపుటయుఁ, జంపఁజాలకపోయిన యుద్ధమునఁ జచ్చుటయు, నెట్టిశత్రువైనను శరణు జొచ్చెనేని రక్షించుటయు, స్త్రీలకును బ్రాహ్మణులకును రోగులకును గలుగు నాపదలఁ బాపుటయు నివినా వ్రతములు. వీనిలో నొక్కటి తప్పినను నాకీర్తి నశించును. కాఁబట్టి యింద్రున కేవిధమున నేనిం గవచకుండలముల నిచ్చుట తగునే కోదా ?" యనెను. అందులకు సూర్యుఁడు సమ్మతింపక ; "కర్ణా ! ఏమిది ? నీవెక్కడ ? నీబుద్ధిపోవువిధమెక్కడ ? నట్టిబేలవగుచున్నావు. కావుననే మిక్కిలి ప్రేమగల

వారు చెప్పెడిహితములు చెవికెక్కకున్నవి. చెడవలదు. సఖుఁ డెలియునట్లు చెప్పుచున్నాను. తనకును, దన్నునమ్మిన యాలుఁ బిడ్డలకును, దన్నుంగన్న తలిదండ్రులకును, బంధుజనులకును సెబ్బరకలుగకుండునట్లు గదా కీర్తిని సంపాదింపవలయును? ఇందఱిచేటునకు మూలమైనకీర్తియు నొకకీర్తియా? అన్నిటికిని ముఖ్యములగునవి ప్రాణములు. ప్రాణముల నిలుపుకొనియే కీర్తిని గడించుకొనరాదా? ప్రాణవంతునకుఁ గీర్తియొక్కటియేకాదు. పెండ్లము, బిడ్డలు, సంపదలు, చుట్టపక్కములు నివన్నియుఁగలుగవా? మనియుండువాఁడెప్పుడైనను సార్వభౌముఁడు గావచ్చును గదా? ఒక్కప్రాణ ముండినఁ గదా యివియన్నియుఁ దక్కును! చెట్టునఱికి యాపండును గోయుదురు? చచ్చినమనుజుఁడు తనకెంతకీర్తియున్నను దానిపసఁ దానెఱుఁగఁ గలఁడా? చచ్చినవారికీర్తి పీనుఁగునకు సొమ్ము పెట్టినట్లే యగును. నిన్నింత నిర్బంధించుటకుఁ గారణమేమనఁ? నీకునాయందు మిక్కిలి భక్తియుండుటవలనను, భక్తజనుల రక్షించుట నా మొదటిపనిగాన నీకిట్లు చెప్పవలసివచ్చినది. మఱియు దేవరహస్యమొక్కటి గలదు. దానిం బట్టియు నీయందు నాకు మక్కువ యెక్కుడుగాఁ గలదు. అది యిప్పుడునేను జెప్పనుగాని పిమ్మట నీకుఁ దెలియఁగలదు. నీకు నర్జునునకును దీఱని వైరము గలిగి యున్నది. మీయిరువురకును యుద్ధము

గాఁగలదు. అప్పుడు నీవుసహజ కవచకుండలములతోఁ గూడి యుంటివా యర్జునునకు నిన్ను సంహరింప నలవికాదు. ఈ రెంటిని గోలుపోయితివా మిక్కిలి ముప్పువచ్చు" నని యందులకుఁగల లౌకికగాథల యుక్తియుక్తములుగా నుపన్యసించెను. దానిం గూడ సరకుసేయకుండుట చూఁచి, ప్రాణభయము గంటికెదురఁ గన్పట్టకల్పిత్తిచూపెను. ధృఢవ్రతుఁడు వీని కెల్లఁ జంకునా ? సింగమున కెంతయాఁకలిగ్గొనిన నేనుఁగుమీఁదనే కన్నుగదా ? కర్ణుఁడంత సూర్యునితోఁ; "నోదేవా! నీవు కరుణామూర్తివి. భక్తులను సంపద గూర్చుటయందే నీచిత్తమెప్పుడు నుండును. కాఁబట్టి నాయందలి మక్కువవలన నింతదూరమువచ్చి నన్ను నుగ్రహించితివి. నేనొకటి విన్నవింపఁ బోయెదను. నా మాటలు ప్రతికూలములై లలితములుగాకుండినను సహింపవలయును. నేనసత్యమాడుటకు భయపడినంత మృత్యువునకును భయపడను. ప్రతిగ్రహించిన వ్రతము విడువందగునా ? విడిచిన దుర్గతికే కదాచనవలయును ? కాఁబట్టి వ్రతమునుమాత్రము మాన్పింపఁజూడకుము. అర్జునుని జయించుటకష్టమని చింతింపవలదు. నాకుఁగల దివ్యాస్త్రములు దమకుఁ దెలియవా ? అర్జును నెట్లేని యుద్ధమునఁ జంపనేర్తును. తామింక మాఱువలుకక నాక నుజ్ఞనీయున" దనెను. సూర్యుఁడంత కొంతసేపు చింతించి, "నాయనా! నీ వెట్లేనిం గవచకుండలముల నిచ్చునట్లునిశ్చయించు

కొంటివే నశ్లేరియున్న, నిన్నడ్డుపెట్టనాకు శక్యముగాదు. అయిన నింద్రునొద్ద నొక దొడ్డశక్తిగలదు. అదిభయంకరము నమోఘమునగునది. దానినేనడుగుము. మున్నింద్రునుండి యా దొడ్డశక్తి నంది యావల నాతనికి నీకవచకుండలముల నియ్య వలయును. అట్లుచేసిన నీకుభద్రమగును. ఆశక్తి యుద్ధమున శత్రువులఁ జంపిచంపి మరలఁ జేతికివచ్చుచుండును. పూర్వ మింద్రుఁడీశక్తిచేతనే శూరులయిన యసురుల సమూహమును వేలకొలఁదిని జంపుచుండెను. నీకట్టి సాధనముండెనేని యుద్ధ మునఁదప్పక జయముగాంతు" వని చెప్పి యంతర్ధానమందెను. కర్ణుఁ డింద్రునిరాక కెదురుచూచు చుండెను.

ఒక్కనాఁడు గర్ణుఁడు మధ్యాహ్నసమయమున సూర్యో పాసనచేయుచు బ్రాహ్మణులు గోరులనవెల్ల నిచ్చుచుండెను. ఆ సమయమున నింద్రుఁడు బ్రాహ్మణుఁడై వచ్చి 'భిక్షాందేహి' యనెను. "బ్రాహ్మణోత్తమా! మీకేమికావలయును? మిక్కిలి సొగసు గత్తెలగుస్త్రీలా! మణిమయ భూషణములా? ఏమి కోరినను దప్పకయిచ్చెద" నని కర్ణుఁడనెను. బ్రాహ్మణుఁడు; "నాకివియెల్ల నిష్టములుగావు. నీకవచకుండలములు గావల యును. నీవు సుగుణనిధివిగదే? వీనినియ్యఁజాలితివా సరి. లేదన్నఁబోయెద" ననెను, అంతరాధేయుఁడు; "భూసుర వర్యా! ఏమివింతయిది! నేను మేలయిన వస్తువులను నీకిచ్చెద

నని చెప్పుచుండ వాని నెల్ల నుపేక్షించి పసలేనివేవో యడుగుచున్నావు. నీవు బేలవు. నీవలె నిదివఱలో నెవ్వరు నేలోకమునను నడిగినది లే" దనెను. కర్ణుఁ డేమి చెప్పినను నాబ్రాహ్మణుని నోటఁ గవచకుండలము లనుమాట దప్ప వేఱు వెడలవయ్యెను. కర్ణుఁ డాతని నెంతో వేఁడుకొనెను. పూజించెను. మణులు మున్నగునవి దెచ్చి యెదుర నుంచెను. ఆ విప్రుఁడు వాని చాయ నొక్కతూఱియేని జూడనొల్లఁ డయ్యెను. అంతఁ గర్ణుఁడు వాని వీడుటవలనఁ దనకుఁ గల్గు నపాయముల దెల్పియైనను దారికిఁ ద్రిప్పఁదలఁచి ; "అయ్యా ! నాకవచకుండలములు దేహముతోడఁ బుట్టినవి. తెచ్చి తొడుగుకొన్నవి కావు. ఇవి లేకపోయెనా యుద్ధమున బలవంతులగు శత్రువులకుఁ జిక్కి కష్టపడుదును. కావున వాని నిచ్చుటదగదు. వీనికి బదులుగా జనసమూహమును ధనధాన్య సంపదలును గల నారాజ్యము నేనిచ్చెదను. ఇంక నన్నలసట పెట్టకు" మనెను. అప్పటికి నాబ్రాహ్మణుని మోమున నంగీకారసూచన ముగాన్పింపదాయెను. అప్పుడు కర్ణుఁడు చిఱునవ్వొలయ ; "మహాత్మా ! నిన్నుఁ దెలిసికొంటిని. నీవు దేవనాథుఁడవు. ముల్లోకములు నీపరిపాలన క్రిందవెలుఁగుచుండ నిట్లు నాబోంట్ల వేఁడుకొనుట దగునే ? నీ విచ్చుటకి వచ్చి నన్ను యాచంచుటయా ? ఇది యుక్తమా ?" యని యడిగెను. అందుల కింద్రుఁడు

"సూర్యుఁడుమున్నే నీకిదియంతయు విశదముగాఁ జెప్పెనని తెలిసికొంటిని. పలుపలుకులేల ? కవచకుండలములిమ్ము. ఇదియు మాకుఁ బ్రియమగునది. అన్నియుఁ దెలిసియుండ నింక జాగేల?" యనెను. అందులకుఁ గర్ణుఁడు "అట్లైని నీచిత్తము చొప్పునన కానిమ్ము. వీనినిచ్చుటవలన నాకు శత్రువులవలనఁ గీడుగలుగును గనుక సకలశత్రు సంహారిణియైన నీయమోఘ శక్తినిఁ గృపఁజేసి కవచకుండలములఁ గొను"మనఁగా; నింద్రుఁడు దనలో;

"బళీ! మంచియెత్తు గడయే. ఇది యాసూర్యుఁడు చెప్పిన యుక్తియే. కవచకుండలములు పుచ్చుకొని దానికి సాటియగు శక్తినిచ్చినఁ బ్రయోజనమేమి? అంతకంటె వానిఁ బుచ్చుకొనకుండుటయే మేలు. అయినను నీయొడంబడిక మీఁద నిచ్చితి నేనిం గొంచెము కష్టము తొలఁగునని చింతించి; "కర్ణా! నీవడిగినట్లు శక్తినిచ్చెదను. అది యుద్ధములందు శత్రువులఁ జంపి చంపి మరలఁ జేతికి వచ్చుచుండును. ఇది దాని స్వభావము. అయినను నీకిచ్చునపు డట్లుగాదు. ఒక్కతూఁటిమాత్రము నీకు జయింపఁ గడిఁదియగు పగవానిఁ జంపి మరల నాకడకే వచ్చును. ఇట్టియేర్పాటున కిచ్చగింతువేనిఁ బరిగ్రహింపవచ్చు" ననెను. కర్ణుఁడు; "నాకుఁగల పగవాఁడొక్కఁడే. నా యీ కోరిక వానిఁ జంపుటకే కాని వేఱుగా" దనెను. అందుల కింద్రుఁడు ముఖ

మునఁ జిఱునవ్వుదోఁప; "నీతలంపు నేను నిజముగాఁ దెలిసి కొంటిని,అర్జునుని గెలువఁ జూచెదవు. వాఁడంత సామాన్యుఁడా? వాని శౌర్య మత్యుగ్రము. వాని తేజ మసమానము. కావున నాపని నీ కసాధ్యము. తక్కిన వన్నియు నట్లుండ మూఁడు జగములు నెవ్వనికి లోఁబడి నడచునో యట్టి యవ్యయుఁడగు నారాయణుఁడు దయ దలిర్ప నాతనిఁగాచుచుండఁగా నీ యీప్సిత మెట్లుకొనసాగును?" ననియెను. కర్ణుఁ; "డదియెట్లైన నగుఁగాక. అప్పటికిఁ జూచుకొనెద నిప్పుడు నా సహజకవచ మొలిచితినేని నా దేహమెల్ల వికృతమగునే? దీని కేమి తలఁచితి" వనఁగా; "నీ దేహము సూర్యుని వర్ణముగల్గి వెలుఁగుచుండు"నని చెప్పి వాని కమోఘశక్తి నిచ్చి; "దీని నాపత్కాలమునఁ దక్కఁదక్కినపుడు ప్రయోగించితివా నీకుఁ జెడుఁగు సుమీ" యని దిట్టపఱిచెను. అంతఁ గర్ణుఁడు వాఁడి కత్తినిఁగొని దేహమందున్న కవచము నొలుచుచున్నపు డాకాశమునుండి దేవతలు పువ్వుల వాన గురిపించిరి. అప్సరసలాడిరి.గంధర్వులుపాడిరి. సిద్ధసాధ్యులు స్తోత్రము చేసిరి. ఇంద్రుఁడు నతని కవచకుండలములఁ బుచ్చుకొని కర్ణుని శరీరముగాంతి యుక్తముగావించి సంతోషముతో స్వర్గమునకుఁ బోయెను. ఈ వృత్తాంతము దెలిసి కౌరవులకు దుఃఖమును పాండవులకు సంతోషమును గలిగెను.

నిఖిలాస్త్రములును వ్యర్థమగులాగునఁ బరశురామ శాపమును, రథము గ్రుంగులాగున బ్రాహ్మణ శాపమును, గవచ కుండలములు పోవునట్లింద్రుని యాచనయును, నిట్లు కర్ణునిపరాక్రమమున కడ్డములు గల్గించి; పాశుపతాస్త్రలాభము, నక్షయ తూణీరగాండీవములందుట,యఖిల బ్రాహ్మణులచే నాశీర్వదింపఁబడుట యిట్లర్జునుని పరాక్రమమును సుప్రసిద్ధము గావించినట్టి దేవుని కుట్ర యేమనవచ్చును ?

సకల భూత సృష్టిస్థితి సంహారకారణుండును, సర్వాంతర్యామియు, జగన్నాటక సూత్రధారుఁడునగు విష్ణువు భూభార నివృత్తి కొఱకుఁ గృష్ణుఁడై మధురాపురమునఁ గుంతియన్న యగు వసుదేవునికి దేవకి యందుఁ బుట్టి బాల్యముననే పూతనాదులను, గంసాదులను జంపి,యౌవనమున రుక్మిణి మున్నగువారితో ద్వారకయందు వసించుచుండెను. అమ్మహాత్ముఁడు దూరమననుండియే తన దివ్యసంకల్ప మాత్రమున బాండవ కౌరవ వైరమును బుట్టించుచు భూభార నివారణమునకై వర్తించుచుండెను.

ద్రౌపదీ స్వయంవర సమయమునం దర్జునుఁడు యంత్రమత్స్యము గూల్చుటవలనఁ గర్ణుని బలిమి తగ్గి యావైరమించుక యడఁగినట్లుండెను. కాని బొత్తుగాఁ జల్లాఱదయ్యెను. ఇంత వఱకుఁ గల్గినవైరమునకుఁ గర్ణుఁడే కారణము. వానివలననే,

వైరము పెరిఁగి పెద్ద మంటగా నుండెను. ఇపుడు దానిని రగుల్చుటకు వానికి శక్యము గాదయ్యెను. అర్జునుఁడు మిాఱి విజృంభించుచుండి నంతవఱకును గృష్ణుఁడు దూరముననే యుండెను. ఇప్పుడు కొన్ని కారణములం బట్టి దానిని఼ ప్రజ్వరిల఼ జేయుటకై భగవంతుఁడు దగ్గఱకు రావలసిన వాఁడయ్యెను. ద్రౌపదీ స్వయంవరమైన వెనుకఁ గురుపాండవులకు నడుమఁ జొచ్చి తెరమఱుఁగుననుండి; సూత్రధారుఁడై యుండినవాఁడే రంగము నడుమఁ బాత్రములందును నొక్కఁడై వర్తించు నట్లు వారి కార్యముల నిర్వర్తించుచుండెను. ఇపుడు ద్రౌపదియే ముఖ్యసూత్రము. అదియే వైరాగ్ని భగ్గునం దరికొల్పుటకైన యాజ్యధార. ఆకీలు బొమ్మ భారత కథారంగమునం దడుగు పెట్టినదే కృష్ణుఁడు సూత్రధారుఁడై వచ్చి దాని నాడింప సాగెను.

పదియవ యధ్యాయము.

కర్ణుని పరాజయము.

కృష్ణుఁడు రెండు ముఖ్య పాత్రములు సవరించుకొని తక్కిన కార్యములకుఁ బూనిన వాఁడయ్యె. అందు మొదటిది మయుని చేత విచిత్రమగు సభనొకటి నిర్మింపఁజేసి ధర్మరాజున కిప్పిం

చెను. పిదప రాజసూయమును జేయించెను. ఆ రాజసూయమునకు దుర్యోధనుఁడు వచ్చి యుండునపు డామాయాసభ యాతనికి విభ్రాంతిని గలిగించెను. దానినిఁ జూచి ద్రౌపది పక్కున నవ్వెను. భీమసేనాదులు పకపక నగిరి. కృష్ణుఁడు మఱి మఱి నవ్వించెను. దుర్యోధనున కారాజసూయ విభవమే కన్నులు మండించెను. మఱియు నాసభయందు నవ్వుల పాలగుటఁ 'గోరు చుట్టుపై రోకటిపో' టన్నట్లా వైరమును వృద్ధి పఱచెను. అవి యట్లుండ నాయాఁడుది యేవురు మగల యిల్లాలు రాజరాజగు తన్నుఁజూచి నవ్వఁదగునా! ఆతనికి నిజముసమే నోర్వఁ గూడునా! అంతఁ బాండవులు శకునితో నాడుటయు సంపద లన్నియు నోడి కడపట ద్రౌపదిం గూడ నొడ్డి యోడుటయు దీననేకదా కల్గెను? దుర్యోధనాదులకు ద్రౌపది చిక్కిన తోడనే మయసభ యందలి దాని నవ్వు జ్ఞప్తికి రాఁగాఁ బగదీర్చు కొనవలయునని తలఁచి, యా పతివ్రతను, సభామధ్యమునఁ బట్టి తెచ్చి, చీర లొలిపించెను. ఇదియుఁగాక, దుర్యోధనుఁ డా నాబిడను దన తొడ యెక్కుమని పిలిచెను. ఆవైరాగ్ని యూరక మండుట కీ రెండే చాలియుండెనుగా? ఇంతకంటె వైరాగ్నికింకేమి కావలయును? ఆ సమయమునఁ గర్ణుఁడు "ఓసీ! నీ మగలు గొడ్డుపోయిరి. పౌరుషముగల మఱి యొకని నిందు మగనిగా వెదకి చూచుకొ" మ్మనిన, నావలుకు

లక్ష్మునుని మనసున గాటముగా నాటుకొని వాని మరణానంతర మునఁగాని మానదయ్యెను. ఆబిడ మహాపతివ్రత. త్రిలోకధీరు లగు పంచపాండవులయొక్క ధర్మపత్ని. ఎండకన్నెఱుఁగని యిల్లా లెక్కడ? రాజులు నిండియున్న సభకీడ్చితెచ్చుట యెక్కడ? తెచ్చి చీరలొలుచుటయెక్కడ? ఇది దుస్సహము. అతిదారు ణము. పరమఘోరము. మఱియప్పటి నవ్వే యిట్టి పన్నుగడకు మూలమైనది. కర్ణుఁడు వైరాగ్నిని జ్వలింపఁజేయుటకు శక్తుఁడు గాకున్నను, జ్వలించుచున్న కట్టియనొకదాని నెగఁద్రోచి, తనభృత్యకృత్యమును నిర్వహించుకొన్నవాఁడయ్యెను. ఇదియే కర్ణుఁడు తన జన్మప్రయోజనమగు వైరాగ్నివృద్ధికిఁ గడపట జేయఁజాలిన మహాకైంకర్యము. ఇట్లువైరము జల్లాఱకుండు టకే పండ్రెండేండ్లు వనవాసము నొకయేఁ డజ్ఞాతవాసము నేర్పడినవి. ఆయరణ్యావాస మేర్పడుట దానంగల్గిన క్లేశము మూలమునఁ బాండవుల పాపక్షయమునకును, రాజ్యభోగాను భవము మూలమున దుర్యోధనాదుల పుణ్యక్షయమునకును గారణమయ్యెను. వారికి దానివలనఁ బ్రభావము హెచ్చఁగా, వీరికిఁ బ్రాభవము తగ్గుచువచ్చెను. అందులకుదాహరణము లోక మునకుఁ దెలుపుటకై దుర్యోధనుని ఘోషయాత్ర జరిగినది. గంధర్వులకుం జిక్కిన కౌరవులఁ గర్ణునకు విడుపింప వీలుగా కుండ నర్జునుఁడే విడిపించెను. అరణ్యావాసము కడపట నర్జు

నుఁడు, భీష్మాది సకలవీరులకును నగ్రగణ్యుఁడై శూరాగ్రేసరుఁ డాయెను. అజ్ఞాతవాసాంతమున దక్షిణ గోగ్రహణసమయమున గోవుల నుఱలించి విరాటనగరమునకుఁ దోలుకొనిపోవుట, భీష్మాదులు పెక్కండ్రుగూడి యర్జునున కొక్కనికోడుదురని లోకమునకు రూపించుటకు భగవంతుఁడు గావించిన పరిశీలనమేకాని, మఱియొకటిగాదు. ఇట్లు భగవంతుఁడు, దక్షిణ గోగ్రహణమున నర్జునునకు వలయు సాధనసంపత్తి యెల్లఁ గుదిర్చి మహాభారత యుద్ధమునకుఁ నాయితపఱచెను. అజ్ఞాతవాసమును దీఱెను. మరల నర్ధరాజ్యమునకుఁ బూర్వ నిబంధనము చొప్పున నడుగుట ధర్మమునుఁబట్టి తామైకయ్యమునకుఁ గాలుద్రవ్వరాదనుటకొఱకే కానివారితపస్సును, సుగుణసంపత్తియు, వారి నఖండ మహీమండల రాజ్యధురంధరులను గావింపనుండగా, నర్ధరాజ్యమునకు రాయబారములు ప్రవర్తిల్లవలయునే? అందుఁ గృష్ణుఁడే రాయబారియయ్యె. మృత్యుసంహారమునకై ఘట్టినవాఁడు, సంధియెట్లుచేయును? మహాపతివ్రత నట్లు భంగపఱచిన పాపులకు, ధర్మవ్రతుల నట్లల్లాడఁబెట్టిన యాదుష్టులకు సకుటుంబ వినాశమే ప్రాయశ్చిత్తము. ధర్మపాశమున నెంతబద్ధులైనను; వారిపత్నిని అందునురాజపత్నిని, అట్లుసభామధ్యమున భంగపఱచుచుండగాఁ గాచుటకు మించినది మఱియేధర్మము? ఇట్లుమానమును గాచుటకులేని శస్త్రాస్త్రములు కాల్పనా!

అది మగతనమా! యని సందేహముతోఁచుచున్నది. ఇది దైవతంత్రము. కాకున్న సైంధవకీచకు లాబిడను దాఁకినంత మాత్రముననే యెట్లయ్యిరి? పాండవులా యంతటి ఘోర మును జూతురు? అట్టి దుర్యోధనాదులనే కాక వారిప్రక్కఁ జేరిన భీష్మాదులనుగూడ నశింపఁజేసి భూభారావతరణము గావించుటకై యంత గొప్పశాంతినిచ్చుట భగవంతుని సంకల్పము. ద్రౌపది కన్నీ రొక్కొకబొట్టును, ధర్మరాజుయొక్క కనుఱెప్పపాటును గాలకూట విషములై కాలాగ్ని జ్వాలల వలె రగులుచుండెను. యుద్ధమున కిరుప్రక్కల సన్నాహములు జరుగుచుండెను. కర్ణుని పురుషకారమింక నక్కఱలేదు. అయిన నప్పటి యాతనియుద్ధక్రమము చలింపని, స్వామిభక్తి, వీరవ్రతమును శౌర్య పరాయణత్వమును వేనోళ్లఁ జాటుచుండెను.

కృష్ణుఁడు దుర్యోధనాదులకడకు రాయబారియై పోయినపుడాతని సంధివాక్యములకు దుర్యోధనుఁడు సమ్మతింపఁడయ్యె. అందులకు మాఱుగా నతనిం జెఱఁబెట్టినయెడలఁ బాండవులకు బలమడంగునని తలఁచి, దుర్యోధనుఁడును, కర్ణాదులును గుట్ర పన్నిరి. కాఁబట్టి యతఁడు విశ్వరూపమున వారినిభయపెట్టి యుద్ధమునకు సిద్ధులుగండని, చెప్పి బయలువెడలిపోవునప్పుడు తన్నుఁ బట్టఁ దలంచిన కుట్రలోఁగుమికాఁడయిన యాకర్ణునిం జేయిఁ బట్టుకొని "నన్నుఁ గొంతదూరము సాగనంపివత్తువు ర"మ్మని

తోఁడుకొనిపోయి, యేకాంతస్థలంబున నిలిచి రహస్యమున నతనితోఁ, "కర్ణా! నీవు పెద్దలను సేవించినవాఁడవు. ధర్మములు నీకుఁ దెలియనివి లేవు. కాఁబట్టి యొకటి తెలియఁ జెప్పెదను వినుము. నీవు పాండవుల కన్యుఁడవు గావు సుమీ! ఒకసిద్ధుని మంత్రబలమువలన సూర్యప్రసాదముసఁ గుంతి కన్యగానుండునపుడు పుట్టితివి. కాఁబట్టి పాండురాజునకుఁ బెద్ద కొడుకవు. ధర్మరాజు మొదలగు నీతమ్ములందఱకు నేను జెప్పితినా తోడనే వారు నీయడుగులకు మ్రొక్కి తమ పుత్త్రమిత్త్ర బంధు వర్గములతోను, జతురంగబల సమూహములతోను, నిన్నుఁగొలిచి రాజ్యమునకుఁ బట్టము కట్టుదురు. అప్పుడు నీవెట్లు ప్రకాశింపఁగలవో తలంచి చూడుము. ఇట్లు నడచుటయే ధర్మమార్గము గనుక వేగవారికడకురమ్ము. వారేల? నిన్ను సామ్రాజ్యమునకుఁ బట్టముకట్టుటకు నే నొక్కరుఁడనే చాలుదును. నీవు పట్టాభిషిక్తుఁడవై మొట్టమొదట వెడలునపుడా వైభవ మెంతో యుండఁగలదు. యువరాజై ధర్మరాజు నీకు వింజామరములు వీచును. భీముఁడు నీకు ధవళచ్ఛత్త్రము పట్టఁగలఁడు. అర్జునుఁడు సారథ్యముచేయును. వీరేకాక వీరిబంధువులయిన, పాంచాలురు, యాదవులు మాత్స్యులు మొదలగు రాజులు, నకుల సహదేవులు, నభిమన్యుఁడు మొదలగు కుమారులు మేమందఱము గూడుకొని, నిన్ను నలు

ప్రక్కలఁ బరివేష్టించివత్తురు ఇట్లు మహేంద్రవైభవముతో భూచక్రమంతయు నేలుము. అదంతయు నట్లుండనిమ్ము. జగదేక సుందరియగు ద్రౌపది నిన్నాఱవ పతిగాఁ బొందఁగలదు. అప్పుడు నీపుణ్యమేమని చెప్పవచ్చును? మాఱాడక, మఱి యొకటి తలంపక నాతోడ కదలి రమ్ము. ఇట్లుచేసితివేనిఁ, గుంతి కిని, దక్కిన బంధుమిత్రుల కెల్లవారికిని బ్రియమగు"ననెను. కర్ణుఁడంతయు విని, కృష్ణునితో; "ఔను. నన్నుఁ గుంతియెట్టు లయినను బోనిమ్మని నట్టేటవిడిచిపోయెనుగదా! సూతుఁడు దయతోఁదెచ్చి తనప్రియురాలి కిచ్చెను. వారింతకాలము గారాబముతోఁ గన్నకొడుకువలె నన్నుఁ బెంచిరి. నేఁటికి వా రెవరోయని తెలియఁగా సొంతములేదని వారిని దిగవిడిచిపోయిన నాపోఁడిమిచెడదా? నాదంత కఠినపుమనసా! పెద్దలను సేవించిన వాఁడననియు ధర్మమార్గము లెఱింగిన వాఁడననియు, నీవే చెప్పితివే! రాధయు, నతిరథుఁడును, నాకు జాతకర్మము మొదలగు సంస్కారములనెల్లఁ దమకులమునకుఁ దగునట్లు చేసి నందులకు, వారుధర్మంబున నాకుఁడలిదండ్రులయిరి. వారి యెడల నేనుబుత్త్రునివలె నడుచుటకు మాఱు దిగనాడి వచ్చుట ధర్మమా? వారిని విడుచుట ధర్మముకాదని తలంపక రమ్మనెదవే! దామోదరా! ఇదినీకుఁదగునా! అదియెల్ల నట్లుండ దుర్యోధనుఁడు నన్నుసూతుని కొడుకనిచూడక;

తనకన్నకొడుకులకంటెను, దోడఁబుట్టిన తమ్ములకంటెను నాకెంతోప్రీతిగావించి నానాఁటికి నాకుఁ దేజస్సును, వైభవమును, నభివృద్ధమగునట్లుగాఁ జేసి కడపటఁ దనయంతవానినిగాఁ జేసెను. అట్టిదొర, నట్టియుదారుని బగవారు ముట్టివచ్చినపు డేధర్మమునుబట్టి విడిచివత్తును? నీవేచెప్పుము. చూతము. ఇంతియకాక యతఁడు నన్నాయర్జునునకు నెదిరిగా నమ్మియున్నాఁడు. ఆనమ్మిక వమ్మగునట్లుగాఁ బాండవులను గలయ వచ్చుట నాకుఁదగదు. వీరువారననేల? భూమియందలి జనులు, నేనును, నర్జునుఁడును, నొకరినొకరు దలపడి పోరకున్నయెడల పకపకనవ్వరా! నేనచటికివచ్చిన నర్జునున కపకీర్తి ఁన నింక నాకేమియో చెప్పవలయునా! నీవు మిక్కిలి నిర్మలాత్ముఁడవుగాన హితము చెప్పితివి. కానిసాహసించుట నా మదికెక్కకున్నది. ఒక్కటిచెప్పెదను. నా జన్మరహస్యమును మాత్రము నీమనముననే యడఁచి రక్షింపుము. వెలిపుచ్చితివేని దాన నెంతయుఁ గష్టము సంభవించును. ధర్మరాజునకు నే నన్నయగుట తెలిసెనా యుద్ధమున కాతఁడు పూనఁడు చుమీ! అట్టిధార్మికుఁడే గదా భూతలము నెల్ల నాచంద్రార్కముగాఁ బరిపాలింపఁదగిన వాఁడు. అతనితమ్ములు ఋత్విజులుగాను నీవుపద్రష్టవుగా నుండి కురుకుమారులనెడి పశువులను జంపి యుద్ధయజ్ఞముజరుపుటమేలు. దానివలనఁ గురుక్షేత్రము పుణ్య

భూమి యగును. అందు మాబోటులెల్ల సద్గతి వడయుదురు గాక" యనెను. కృష్ణుఁడు "ఓయీ! "నేను గనికరమున హితముచెప్ప నీవిటు పెడచెవిని బెట్టుదువే? ఈపట్టునీకుఁ గడపట సంతాపము నిచ్చును జుమీ! అర్జునునితో మచ్చరించితివేని నోడుదువు. లేక చత్తువుకాని గెలుచుటయెక్కడిది? నీకొక్కనికిఁగాదు. అనేకులకుఁ గాలమిట్లు తుదముట్టునే? నీమనము శాంతతనందదుగా? అన్నిటికంటె వింతయగున దర్జునుని గెలుతునని నీవెంచుట. అతఁడు గాండీవమును, దివ్యాస్త్రములను దాల్చియుండియు, నేను రథము నడపుచుండఁగా నీకెదురుటకుఁ దరమా? ఇంత చెప్పి నిన్ను బ్రదిమాలనేల? సర్వవిధములఁ బాండవులే జయింతురు. అదియెట్లయిన నగుఁ గాక. ఇక్కాలము సౌమ్యమై పుష్పఫలసమృద్ధమై, సస్యములు నిండారఁబండి, సంతోషప్రదమై యున్నది. నేఁటి కెనిమిదవదిన మమావాస్య వచ్చుచున్నది గదా? ఆ పుణ్యదినమున యుద్ధ మవశ్యము జరుగఁగలదు." నావిని కర్ణుఁడు "కౌరవపాండవుల యుద్ధము కలుగఁగలదని శకునములును స్వప్నమును నయియున్నవి. దానియందు ధర్మజునకే జయము కలుగుననియుఁ దెలియును. నీవు చెప్పనక్కఱలేదు. ఈకారణమును బట్టియె నేఁ బాండవులతోఁ జేరనని చెప్పితిని. దీనికి మూలము, శకునియును, దుశ్శాసనుఁడును నేను నగుదుము.

86

కాని వే ఱెవ్వరుగారు. తక్కినవా రిర్వురుఁ బాండవులను గలసి రేని నేనును గలువవచ్చును. అది యటుండనిమ్ము. ఈయుద్ధంబున గెలిచియేని నిన్నుఁజూచెద. కాదేని పరలోకంబునుగాంచెద నింకేమియు నడ్డుపలుకకుము పోయివచ్చెద"నని కౌఁగిలించు కొనెను. కృష్ణుఁడు "అట్లకానిమ్ము. పో"మ్మనఁగా నతఁడు కృష్ణుని రథమునుండి దిగి తనరథమెక్కి హస్తినాపురమునకుఁ బోయెను. సకల భూమండలరాజ్యమునకంటె స్వామిభక్తి పరాయణుఁడును బితృభక్తిపరుఁడు నగుకర్ణునకుఁ సుయోధన రాధాసూతులకు సంతోషమిచ్చుటయే ముఖ్యము.

పదునొకండవ యధ్యాయము.

కర్ణుని ధైర్యము.

కృష్ణుఁడు పోయినపిదపఁ గుంతి పాండవ కౌరవులకు యుద్ధ మాసన్నమగుటచూచి, తనలోఁ "గట్టా! సంపదకని, చుట్టాల నెల్లఁ జంపుట ధర్మమా! యుద్ధమునఁ జోరఁబడినపిదప భీష్ముని, ద్రోణుని, రూపుమాపుట సులభముగా నగునా! అందుఁ గర్ణుని మనస్సు పార్థుని, పయిని గోపముచేఁ గ్రాఁగుచున్నది. వానికొక్కనికిఁదక్క నింకేరికిని యుద్ధమందంత యుత్సాహము లే"దని, చాలసేపు చింతించి, తనలో "ఇంతేల? కర్ణునితో వానిపుట్టుకనుగూర్చి తెలిపితినా! పాండవులు తోడబుట్టువు

లని యెఱింగినపిదపఁ బ్రియము పూనక తీఱఁడు. అప్పుడు యుద్ధము మాన్పకపోవునా!" యని యాలోచించి యతని నివాసమునకుఁబోయెను. కాని యతఁడనుష్ఠానము కొఱకు గంగకుఁ బోయి యున్నాఁడని విని యదిమఱింత యేకాంతమగుటను బట్టి యచ్చటికిఁబోయెను. అప్పుడు కర్ణుఁడు జపము సేయుచుండెను. కాన నామె యతని వెనుకఁ గూర్చుండెను. కొంత సేపునకు జపము చాలించి కర్ణుఁడు నలు ప్రక్కలఁజూడఁగాఁ గుంతీదేవి కనఁబడెను. అతఁడు సంభ్రమమును, వినయమును మదిని బెనగొన దగ్గఱకుఁబోయి, తన ప్రవరఁ జెప్పుచు నభివాదనము గావించు నపుడు రాధేయుఁడ ని చెప్పెఁ ; "అమ్మా! మీరువిజయము చేసిన కార్యమేమి? ఆనతిత్తురు గాక" యని యడిగెను.అందులకుఁగుంతి "నాయనా! నీ వెక్కడ! సూతకులమునఁ బుట్టు టెక్కడ! నేనుమాతండ్రి కుంతి భోజుని గృహమునఁ గన్యాత్వమున నుండునపుడొక మంత్రబలమువలన సూర్యదేవు నాహ్వానము చేసితిని, అతఁడువచ్చి దయసేయగా నీవు నాకుఁబుట్టితివి. నాకడుపునం బుట్టుటచేఁ బాండవుఁడవయితివి. కనుక నీతమ్ములయిన పాండవులకును, గౌరవులకును పెద్దవు. వారిని వెంటఁబెట్టుకొని, యీలోకమెల్ల నేలవలసిన ప్రభువని తెలియక రాధకొడుకు సూతకులమని చెప్పుకొనునట్టి యీతక్కువయేల?" యనెను. ఆబిడ యిట్లు చెప్పుచుండఁగానే

సూర్యబింబమునుండి "ఇదినిజము, వత్సా! ఈవిధముఁ
నడచుకొనుము. నీకుమేలగు"నను వాక్యము కర్ణునకు స్ప
ముగావినఁబడెను. జగన్నాథుఁడు కర్ణునకు మఱింతగట్టి
నెత్తి చెప్పినను, అతఁడన్యుఁడగుటచే వినఁడేమో య
కన్నతల్లియే వచ్చిచెప్పెను. పాండవుల తల్లికదా యని పాటిం
డేమో యనిజనకుఁడగు సూర్య భగవానుఁడే యాకాశః
నుండి ఘోషించెనుగదా ! అంతకంటె విశ్వసింపఁద
దెద్ది? ఆమాటలకును గర్ణుని మనస్సు తిరుగఁబడదయ్యె. ఏ
యితనిధైర్యమహిమ? అతఁడంతటికిని, జలింపక తల్లిని జూచి,
"నీవుచెప్పినదినిజము. కాని నేనొక్కటిజెప్పెదను చిత్తగింపుము.
నీవునన్నుఁ గనినతోడనే విడువవలసిన దానవయితివి. దాన
క్షత్రియ సంస్కారములు నాకులేకపోయెను. కనుక నిహ
మందును, బరమందును, నీకుఁబుత్రుఁడనని చెప్పుకొనుట పాడి
యగునే? నాజన్మము పరమ రహస్యమే యగుఁగాక. మఱి
సూర్యుని ప్రసాదమువలన నింద్యముగాకుండునుగాక. దీనినింకఁ
బ్రకాశము సేయకుండిన మేలగును. మఱి యర్జునుఁడు మహా
ధనుర్ధరుఁడని యంతటను బ్రఖ్యాతుఁడై యుండగా నేనిట్టి
సమయమునఁ గుంతికొడుకనియు సూర్యునికిఁబుట్టిన వాఁడ
ననియు నీకారణమున వారిం జేరఁబోయితి నేని, భయపడిచేరితి
నని జను లాడికొందురు. అర్జునుని మాట యట్లుండఁ గురుపతి

యగు దుర్యోధనుఁడు నన్ను దెప్పఁగాఁ గొని యీయుద్ధసముద్ర
ము నీఁదవలె నని యున్నాఁడు. అదియో సమీపింపవచ్చి
నది. ఇన్నాళ్లు వారియన్నముదిని, వారివలువగట్టి; యిట్టి విపత్స
మయమునఁ జెడుఁగాకయని, విడిచిపోవుట ధర్మమా! వారికిఁ
దోడుపడుట కిదియె మంచిసమయము. పగవారు ముట్టవచ్చి
నప్పుడు, కావలసిన వారెవరేనిం బాయుదురా! అట్లుచేసిన
రాజులు మనలను దిట్టరా! కాఁబట్టి యెట్లును, దుర్యోధనునకై
నీకొడుకులతోడఁ బోరాడుదును. నీవుచెప్పిన దెంతయుక్తముగా
నుండినను వినఁగూడకున్నది. ఇట్లని యూరక చెప్పుటగాదు. ఇది
నిశ్చయము. ఇంక నీవీపనిమీఁద నింత యక్కఱపడి వచ్చితివి
గాన, యూరకపంపుటకు మనసొప్పకున్నది. కావున నీయిష్ట
మునకై తక్కినపాండవులు నలుగురు చిక్కిరా చంపకవిడిచి
పుచ్చెదను. అర్జునుఁడు చిక్కెనా విడువక చంపియె తీఱుదుఁ
జుమీ! దాఁపక చెప్పితిని. అర్జునుఁడు నన్నుఁ జంపినను గీర్తి
కరమే. నీకొడుకు లతనితోడ నయిదుగురేని, నాతోడ నయిదు
గురేనిఁ గావలయునుగాని యాఱుగురనుమాట యింక విడిచి
పెట్టుము." అనెను. అందులకు గుంతిమనస్సున శోకము మిక్కు
టమై "అయ్యో! ఇది దైవఘటనము. ఇది యెట్లును దప్పునా?
తప్పదు." అనితలఁచి కర్ణునితో "నీ విప్పుడు చెప్పినమాట
మఱవకుము మఱవకుము, నీతమ్ముల నలుగురిని విడిచిపుచ్చుము.

అర్జునుని నెడల నీయిష్టము" కర్ణుఁడందులకు సమ్మతించి యామె కు వినయవిధేయతలు ప్రకాశింప మ్రొక్కి యాయమను వీడుకొలిపి తనగృహమునకుఁ బోయెను. భగవానుండు పంచ పాండవులయం దర్జుననకుఁ గర్ణునివలన భయమెంతమాత్రము లేకుండునట్లుజేసియున్నైనది. తక్కినపాండవులలో నే రేనతనిబారినిపడి రేనిం బ్రాణములు దక్కించుకొనుట కష్టముగాన, వారింగూడ వానినుండి తప్పించుటకే కుంతిచేత వరమడిగించినాఁడు; మఱి భీష్ముఁడు గాని, ద్రోణుఁడుగాని పంచపాండవులనేమి సేయరు కదా? కనుక జగన్నాథుఁడు, పంచపాండవులకు వలయు రక్షణ ములనెల్ల సంతరించి, యాశ్రిత రక్షణవ్రతమును, శరణాగత త్రాణబిరుదమును, నెలకొలుపుకొన్న వాఁడయ్యెను. ఇంక దుష్టశిక్షణమే కావలయును. శిష్టరక్షణమూలమునఁ గదా యది గలుగును? కావుననే శిష్టులగు పాండవుల కెల్లవారికి రక్షణము గావించినవాఁడయ్యెను. కావున దుష్టశిక్షణ రూప మగు, భూభారావతరణమునకు, శిష్టరక్షణరంగము ఆవశ్యక ముగా నిర్వర్తిత్తము. భీష్ముఁడు మొదలగు పెద్దలకును, గర్ణున కును, మాటలయందు విరోధముఁ గలుగుచుండెను. వారు దుర్యోధనునకు హితములు చెప్పుచుండఁగాఁ గర్ణుఁడు నడుమ నొచ్చి వారిని గ్రిందుపఱచి, దుర్యోధనునదెల్ల ధర్మమనియు, నధర్మమైనను దన బాహుబలమతనికి, వజ్రాయుధమనియుఁ

ప్రగల్భములాడుచుండును. స్వామి భక్తిరసావేశము తెలివిని గప్పుటవలనఁగాని తెలియక చెప్పుటగాదు. ఆ పెద్దలునుఁ గర్ణుని కసరుచుండుటగలదు. భీష్ముఁ డుభయపక్షములందు నతిరథ మహారథులను వెవ్వేఱుగా నిర్ణయించి చెప్పినప్పుడు, కర్ణుని బ్రాహ్మణశాపమువలనను బరశురాముని వలన నస్త్ర విద్యచెడు టవలన, నర్ధరథుఁడనెను. ద్రోణుఁడు; "నేనే, యని వాఁడు తన్ను నెదిరిని దెలియక వదరును. ముట్టఁబడినపుడు పాఱిపోవు" నని చెప్పెను. ఇదియునిజమే? కర్ణుండంతటి వాఁడయ్యుఁ బెక్కు మాఱు లర్జుననకు నోడిపోయెను. ద్రుపదునకోడెను. గంధర్వుల కోడెను. ద్రౌపదీస్వయంవరమునను, దక్షిణ గోగ్రహణము నందుఁగూడ నాపార్థునికినోడెను. మరల వాడెంత వీడెంతయని బింకము లాడుచునేయుండెను.

పండ్రెండవ యధ్యాయము.

యు ద్ధ ము.

గర్ణుఁడు గాగ్గేయుఁడు దన్నర్ధరథుఁ గావించెనని కోపించి యతఁడు యుద్ధము సేయుచుండినంతవఱకుఁ దాను శస్త్రము ముట్టకుండునట్లు ప్రతిజ్ఞచేసికొనెను. యుద్ధమారంభమైన పది దినములకు భీష్ముఁడు యుద్ధరంగమునఁ బడి శరతల్పమున నుండెను. అప్పు డుభయపక్షములవారును నతనిని బూజించి

పలుకరించిపోయిరి. పిదపఁ గర్ణుఁడతనికడకు రాఁగా నతఁ డెవ్వరు వారని యడిగినపుడు, కర్ణుఁడు "నేనురాధేయుఁడను. నాయందలి వాత్సల్యముతోఁ జల్లనిచూపు నాపయిని నిగుడించి మాటలాడ వలయు"నని, భక్తివినయపూర్వకముగ మ్రొక్కివేఁడెను. భీష్ముఁ డతనిని దగ్గఱకుఁ జేరఁబిలిచి యొకచేయిపైని వైచి కౌఁగిలించి యచ్చటనున్న కావలివారలు మున్నగువారి నావలకుఁ బోవఁబుచ్చి యేకాంతంబున నతనితోఁ, "గర్ణా! నీయందు నాకుఁగోపమెక్కడిది? అప్పుడప్పుడు నీకుఁబొగడు పుట్టునట్లు భేద ముగా మాటలాడియున్నాను. అయిన నట్లు భేదముగాఁ బలుకుట యెల్ల బిడ్డలఁ జెఱుపరాదనియే కాని మఱొకటిగాదు. అది శిక్షయే కాని, వేఱుకాదు. అదియునుంగాక నీవు సూర్యుని యనుగ్రహమునఁ బుట్టినవాఁడవు. కనుక నీకుమనుష్యులు సాటిగారు. మఱియు నీవు కుంతికొడుకవే కాని, రాధ కొడుకవుగావు. ఇదివ్యాసుఁడు నాకు రహస్యమున నెఱింగిం చెను. వారు తెలుపుటయే కాదు, నీ తేజోవిశేషముల వలనఁ గూడ నాకుఁ దెలియుచుండును. నీవు పాండుకుమారుఁడవు కావున నీయందునాకు వాత్సల్యమే కాని మాత్సర్యము గలు గదు. ఒక్కటిచెప్పెదను వినుము. నేనిపుడే కౌరవులకును, బాండవులకును, వైరము వలదని యడఁపెదను. పాండవులంగెల వఁనేరికినివరముగాదు. ఏలన? వారిపక్షమున నప్రమేయుఁడగ

కృష్ణుఁడున్నవాఁడు. అట్టివారలతోడి విరోధవ
వేఱుతలంపులేక వారితోడఁ గలిసియుండు"మ
గర్ణుఁడు "నేనుగొంతికొడుకనే యగుదును.
మున్ను పెద్దలు కొందఱుచెప్పగా వినియేయునా
డెలిసినను గుంతికొడుకుల తోఁడి, పొత్తునాకుఁ
మహాబలవంతులు. మఱియువారికిఁ గృష్ణుఁడ
కాఁబట్టి వారిని యుద్ధమందు జయించుట క
బాగుగఁ డెలియును. అయిననుఁగురుపతి చేయ
టిని దలంచి చూడఁగా. నేనతని, దిగనాడిపోవ
అది వీరునికిఁదగు ధర్మమగునే? అవన్నియు
నే నాపాండవుల నెన్నియో దుర్భాషలాడితిని.
నేనెన్నియోతడవ లవమానించితిని. ఇఁక వ
వియ్యమును నెయ్యమును గలుగునే? కయ
వేయిమాటలేల? అంతయు దైవాయత్తములు.
నన్నేమియు ననక పరసైన్యము దాఁకుట కన
బలము లోకమెల్లఁ గొనియాడఁ దగినది" యని
మునఁ బలుకగా భీష్ముఁడుత్సహించి "కర్ణా!
చేయువాఁడవే. ఇది నే నెఱుఁగనా? దుర్యో
నీభుజదర్పమేకదా! అతని కేదిప్రియమో ద
అదియే గొప్పబుద్ధి. నీమనస్సునం దనుమానము

మున కనుజ్ఞ యిచ్చితి" నని ముఖవికాసముతోఁ బలికెను. కర్ణుఁడు భీష్ముని బంధుభావమునకుఁ బరమానందమును బొంది, తన విడిదిపట్టునకుం బోయినవాఁడయ్యె. భీష్ముఁడు యుద్ధము చేసి కడపట నర్జునుని బాణముల యురవడిని గొట్టుపడిన వాఁడయ్యె. అపుడు త్తరాయణము పుట్టకుండెను. కనుక నుత్తరాయణము వచ్చువఱకుఁ బ్రాణములు మేనియందే నిలిపికొని యుద్ధరంగమునందు బరుండియుండఁదలంచెను. అపుడతఁడొక తలగడయడుగగాఁ, జుట్టునున్న రాజులు, మెత్తలు, తలగడలు, గొనిపోయిరి. అతఁ "డిస్సీ! ఇవి వీరశయనమునకుఁ దగినవి గావని, యర్జునునిఁబిలిచి తగిన తలగడ పెట్టుమనఁగా నతఁడు గాండీవము నెత్తికొని నారి సారించి, చక్కని బాణములను భూమిని మోపి నిలుచునట్లుగా నేసి యతనికిఁ దలగడ గావించెను. భీష్ముఁడు దప్పిచే రాజులను జలము దెమ్మనఁగా వారు మిక్కిలి చల్లని, తీయని జలములను దెచ్చిరి. కాని యతఁడు వానిని రోసి "నేను మనుష్యభావమును గడిచితిని. మానుషములగు పదార్థములనుపయోగింపను. హంసతూలికాతల్పమునందున్నపుడుగదా యవి వలయును? అంపశయ్యనున్న వానికిఁ గా"దని మరల "నర్జునా! నాకుఁదగిన జలము దెమ్మనఁగా నతఁడు బర్జన్యమంత్ర పూర్వకముగా బాణము భూమిని గాఁడునట్లు ప్రయోగించెను. అపుడు భూగర్భమునుండి పవిత్రములగు చల్లని

www.ingramcontent.com/pod-product-compliance
Ingram Content Group UK Ltd.
Pitfield, Milton Keynes, MK11 3LW, UK
UKHW021316220825
7529UKWH00031B/660

9 781024 233599